கடவுள் மட்டும் எப்படி ஜெயிக்கிறார்

தேர்ந்தெடுக்கப்பட்ட கவிதைகள்

ஸ்ரீநேசன்

தொகுப்பு:
ஜீ. முருகன்

தன்னறம் நூல்வெளி ● குக்கூ காட்டுப்பள்ளி

கடவுள் மட்டும் எப்படி ஜெயிக்கிறார்

ஸ்ரீநேசன்

உரிமை: ஆசிரியருக்கு

முதல் பதிப்பு: டிசம்பர் 2022

முன்னட்டை ஒளிப்படம்: அல்-சையத்

பின்னட்டை ஓவியம்: பிங்களா

உள் வடிவமைப்பு: ஜீ. முருகன்

அட்டை வடிவமைப்பு: இரா. தியாகராஜன்

வெளியீடு:
தன்னறம் பப்ளிகேஷன்,
குக்கூ காட்டுப்பள்ளி,
புளியானூர் கிராமம்,
சிங்காரப்பேட்டை- 635307
பேச: 9843870059
thannarame@gmail.com
www.thannaram.in

Kadavul Mattum Yeppadi Jeyekirar
by SreeNesan ©

First Edition: December 2022

Publised by:
Thannaram Publication
Address: Cuckoo forest school,
Puliyanur Village,
Singarapettai - 635307
thannarame@gmail.com
www.thannaram.in

Printed at: Jothy Enterprises, Chennai - 5

ISBN No: 978-93-95560-06-1

Pages: 200, Price: INR 250

தொகுப்புரை

ஸ்ரீநேசனை முதலில் சந்தித்தும் இவருடைய கவிதைகளை வாசிக்கத் தொடங்கியும் முப்பது ஆண்டுகள் ஆகிவிட்டன. இந்த காலகட்டத்தில் **காலத்தின் முன் ஒரு செடி (2002), ஏரிக்கரையில் வசிப்பவன் (2011), மூன்று பாட்டிகள் (2022)** என மூன்று கவிதைத் தொகுப்புகள் வந்துள்ளன. தற்போது குறுமுப்பத்தாறு, தப்பு விதை என இரண்டு தொகுப்புகள் வர உள்ளன.

இந்தக் கவிதைகள் எழுதப்பட்ட காலத்திலிருந்து தொடர்ந்து இவற்றோடு பயணித்திருக்கிறேன். பிரசுரமாவதற்கு முன்பேயும் வாசித்திருக்கிறேன். ஸ்ரீநேசனின் மகன்கள் பேரிசைஞன், சர்வஞ்ஞன் இருவரையும் எப்படித் தெரியுமோ அது போல இந்தக் கவிதைகளையும் அறிவேன்.

இத்தொகுப்புக்காக இப்போது வாசிக்கும்போதும் இக்கவிதைகள் ஒவ்வொன்றும் வீரியத்தோடு நிற்பதையும் தனித்த உயிர்களாக தமிழ் மொழிப் பரப்பில் அடையாளம் பெற்றிருப்பதையும் கூறத் தோன்றுகிறது.

இத்தொகுப்பை வாசிக்கும் நீங்களும், ஸ்ரீநேசனின் ஆளுமையையும் கவித்துவ மனதையும் சந்திப்பதோடு, தமிழ் நவீன கவிதையின் ஒரு நூற்றாண்டு வாழ்வையும் பாரதி தொடங்கி இன்று வரையிலான தமிழ் நவீன கவிதையின் மொழி மேன்மையையும் சந்திப்பீர்கள். மேலும் ஸ்ரீநேசனின்

நிலவெளியில் மிதக்கும் மலைகளையும் ஏரிகளையும் அவர் சுவைத்த மதுவையும் புகைத்த சிகரெட்டுகளையும் அவர் காதலையும் கடவுளையும்கூட சந்திப்பீர்கள்.

"ஸ்ரீநேசனின் முழு தொகுப்பைக் கொண்டுவரலாம் தோழர்" என நண்பர் குக்கூ சிவராஜ் சொன்னபோது உற்சாகத்துடன் ஒப்புக்கொண்டேன். ஆனால் ஸ்ரீநேசனுடன் ஆலோசித்தப் பின்பு தேர்ந்தெடுத்த தொகுப்பாகக் கொண்டவர முடிவானது. இதுவரையிலான தொகுப்புகளிலிருந்தும் குறைவான கவிதைகளையே – தயக்கத்தோடு – விட்டுவிட்டு இக்கவிதைகளைத் தொகுத்திருக்கிறேன்.

இதை வெளியிட விரும்பிய தன்னறம் நூல்வெளி பதிப்பகத்துக்கு ஸ்ரீநேசனின் சார்பிலும் என் நன்றிகள்.

ஜீ. முருகன்

16.12.22

சமர்ப்பணம்
இன்றைய இளம் கவிகளுக்கு

சிக்கல்

ஒரு பைத்தியத்தின் அண்மை
உங்களுக்குள்
ஓர் எல்லையற்ற பாதையை அமைக்கும்
அதன் தர்க்கம்
இன்றுவரைப் போற்றத்தக்கதே
ஏதோ முடிச்சிட்ட பேச்சில்
வெளிச்சிதறும் அர்த்தமின்மை
அடைக்கலம் கருதி
உங்களின் நேர்மையைச் சந்தேகிக்கும்
அபூர்வ திறன் செத்து
ஊடாடும் ஒலித்தடத்தில்
சமாதானமாகி அமரும் துயரம்
பின்பறக்கும்
விடிகாலைக் காகத்தைப் போன்றே
இருந்தும் அதன் இலக்கற்ற அலைதலில்
நீங்களும் சிக்கி
அலைக்கழிந்து தவித்துக் கொண்டிருப்பீர்கள்.

குருவி மற்றும்

பெருவெளியில் மேயவிட்டுக்
காத்திருக்கிறேன்
எங்கிருந்தோ வந்து
பறந்து
மாட்டை மேயும்
குருவியின் மேல் கோபம்
கையிலுள்ள புத்தகம்
திடீர் ஆயுதம்
வீசி எறிய
பறந்து விட்டது மாடு
மேய்ந்து கொண்டிருக்கும் குருவி
மற்றும் வாழ்க்கை.

வன்கோடை

பகல் மிக மெல்லவே
காற்றின் துணையேற்றுச் சென்றிருக்க
உஷ்ணம் உம்மென உணர்த்தி
நிதான சூர்யன் சபித்தலுக்குள்ளாகிறான்
பச்சை உறியப்பட்ட இலைகள்
உருநிறமாறி
பூமியில் புரண்டுருண்டோடும்
நிலத்தினடியில்
வேர்களோ மூச்சிரைத்து
ஈரத்தின் பரப்பை முகர்ந்து நகர்கின்றன
இரவுகளில் மட்டுமில்லாது
விஷ உயிர்திகள்
இளைப்பாறி இரை பொறுக்க
நா ஈட்டி நீட்டி
அலைய
நாயின் நாவும் புழுவின் நெளிவுமாய்
உள்ளிருக்கத் தயங்கி
பூமியாய் வாய் பிளக்கக் கிளம்பும்
நெடுநேரம் அலைந்து வெயில் அறைந்த
ஊனமுடன் பயணிக்கும்
ஓர் உழவு மாடும் காக்கைக் குஞ்சும்
நிழல் பரபரப்புப் பெற்று
கண் மூடி தியானத்தில் உறைய
சுவரின் கண் திறந்தும்
விழிக்கிறேன்
எல்லாவற்றையும் தெளிவாய்க் கண்டு.

கதை

சொல்லென்று கேட்டவுடன்
சொல்வாய் அவன் கதையை
உன் கதையை என் கதையில்
பின் சொல்வான்
என் கதையை அவன் கதையை
உன் கதையில்
அதற்கும் பின் சொல்வேன்
உன் கதையை என் கதையை
அவன் கதையில்
பின் உன் கதையைப்
பிறர் சொல்ல
அவன் கதையில் இடந்தருவேன்
நான் சொல்ல இடந்தருவாய்
பிறர் கதைக்கு உன் கதையில்
நீ சொல்லும் என் கதைக்கு
இடந்தருவான் பிறர் கதையில்
அவன் சொல்ல இடந்தருவார்
நம் கதைக்கு என் கதையில்
கதைச் சொல்லிக் கதைச் சொல்லி
நான் சொல்வாய்
நீ சொல்வான்
அவன் சொல்வோம்
பிறர் சொல்வாய்
நாம் இல்லா நம் கதையை
யாருமில்லா யாருக்கோ.

சுழற்சூழல்

வீதி விளிம்பு குழிதேங்கு
குறுநீருள்
வளியாழி வெண்மீனொன்று
காண்விழியைப் புழுவாய்கவர
வானாழ் வெளிநோக்கி
இளக்கி யுடல் தவ்வி மிதந்து
கரும்பால் வீதி கடந்து
கட்புலனுணராக் கோலாகல
ஒளித்துளிகட்கண் சிக்கிச்சி
திலமாகி உருவழிந்து
காலாகாலங் கடந்த
விபரீத திறனுணர்வில்
உடற்கூறைத் திரட்டிக்
கூரை தரைத் திரும்பு மெத்தனிப்பில்
புனருருவ மெய்தி
துரிதத்தில் புறம்மீள
வளியொளி வாகனஞ்செய்
முச்சதியில்
தேங்குபுனல் தேய்ந்தொழிந்து
வழியடைந்த திகைப்பில்
சுற்றிச் சுற்றிச் சுழன்று
சுழன்று சுழன்றுள்ளே சுழன்று
விரிந்து திரியு மென்
பிரதி.

ஆவல்

அந்த ஒளித்துளி
கண்ணைச் சிமிட்டியது
வசீகரிக்கப்பட்டு
அதை நோக்கி ஊர்கிறேன்
பட்டென வெடித்துப்
பொறிகளாய்ப் பரவத் திகைப்புற்று
மூளைக்குள் சுருள்கிறேன்
நூற்றாண்டு காலம் பல
பிறகு
இறக்கையைச் சிலிர்த்துக்கொண்டு
எம்பி
குளிர்ந்தவெளிக் காற்றின்
வெப்பச் சுரங்கத்தில்
அகஸ்மாத்தாக நுழைய
அதே பொறிகள்
அதே வேகத்தில் கூடி
இணைந்த ஒளித்துளி
முன் சூடுபட்ட
நினைவுகளில் தடுமாறுகிறேன்
காலம்
எங்கும் வியாபித்து
வம்ச ஆயுள் எல்லாம் பிணைந்த
இக் கணத்திலும்.

குறத்தியின் நரி

வற்புறுத்தித் தந்த
குறத்தியின்
மிருக நரம்பிணைத்த
நரிப் பல்
லற்புதம் நிகழ்த்த வெண்ணி
சாகச மாய ணிந்த
இரவு குரல்வளையில்
இருந்த பல்லே
நரியுருவாய்
நாசுழற்றி எதிர் நிற்க
திடுக்கிட்டு விழி(கிழி)த்து
பரியை நரியாக்கிய
கதை மனம்
பல்லை நரியாகக்
கண்ட கனவாகத்
தெளிவதற்குள் பாய்ந்து
பக்கவாட்டில்
முன்னங் காலூன்றி மீசை
யுரசித் தீக்கண் துளைத்துப்
பற்களைப் பதித்தக்
குரல்வளை யிருந்து
நிசப்த நிசாதிசை யனைத்தும்
ஓலமாய்ப் பெருக்கி
ஊளையிட்டோடிய
நானெனைக் கண்டேன்
குறத்தியின் நரியென.

உள்வெளிப் பயணம்

வரப்பின் மீதிருந்து புலனுறுகிறேன்
வயலின் இசையைப்
பயிரின் காட்சியைச்
சேற்றின் மணத்தைப்
பாதத்தடிக் குளிர்ச்சியைத்
தும்பிகளின் நிலையற்ற ஊடாட்டம்
கரங்களின் மலர்களில் ஓய்கிறது
இலைகளின் நரம்புகளில்
நிணநீர்பாயச் சிர்க்கிறேன்
இரவிடமிருந்து மீட்ட
கனவுகளைக் காட்சிப்படுத்துகிறேன்
இயற்கைக்கு
அதன் ஜீவிதம்
என்னை மையம் கொள்கிறது
நான் சலனமுறும்போது
எங்கேயோ
ஓர் இடர்ப்பாடு இயக்கத்தில்
நிகழ்ந்து விடுகிறது.
ஆழ் உலகை இன்னும் புதைத்து
என்னை நெருக்கமாக்கிக் கொள்கிறேன்
இருப்புக்கு
எவ்வளவு விலகினேனோ
அவ்வளவு இணக்கம்
எல்லா உயிர்க்கும் அற்றதுக்கும்
தானாக உருவானவையில்
என்னையும் கூட்டிக்
கேள்விகளை அமைதியிடம்
ஒப்படைக்கிறேன்
அடர்த்தி மிகுந்த வலியுணர் பரப்பில்
மிதப்பதுபோல்
என்னைச்
செலுத்தத் தொடங்குகிறேன்
தன்னுள் வெளியில்.

மார்க்வெஸ் கதைவழி நான் எரிந்திராவின் கனவில் பேசுவது

எரிந்திரா மார்க்வெஸ்ஸளக்குத் தெரியாத சம்பவம்
துயரென வீச வீட்டைக் காற்றாகி எரித்து
உன் திமிங்கல வெண் நிறத்திற்கு ஈடுகட்ட
இழந்த மனைவியைக் கிராமத்துக்
கடைக்காரனாய்
பெசோக்கள் இருநூற்று ம்பதால் பிராண்டி உடைகளைக் களித்து
பாரம் சுமப்பவனாய் கடத்தல் லாரியில் புணர்ந்து
மயங்கிப் போகையில் முத்தமும் பெற்று
மறுத்தாள் அனுப்பப் பாட்டி
உன்னை அடங்கா ஆசைப் பாலைவனத்தில் கூடாரமிட
வரிசை முழுதும் நானே நீண்டு நின்று
வெப்ப மூச்சிழைகளால் மௌனத்தை
மேலும் வலிக்கத் தைத்து
சொதசொதத்த வியர்வைப் படுக்கையிலிருந்து
கசிந்து கதறிய குரலை
வரிசையின் மூன்றாவது என்னால்
செத்துக் கொண்டிருக்கிறேன் பாட்டி
எலும்புகள் கண்ணாடியாக
அரைபட்டு விட்டதாகக் கேட்டுத்
திருப்பப்பட்ட வரிசை நான்
யுலிசஸ் மாயனாக நுழைந்திருக்கக்
கூடிச் சென்ற என்னை அன்னை
தொட்டக் கண்ணாடி நிறம் மாற
யாரவளிடமிருந்து மீண்டு வந்து
உனக்காய் பாட்டியை இரத்தத்தில் குளித்துக் கொன்று
உன்னைத் தேடி காற்றாகி வருகிறேன்
இன்னுமொரு ஆணாய்.

இருளுரு

வெளியுச்சம் இறுக்க
குகை நாடிக் கரைய நுழைந்தவன்
இருளுரு அதிரக் கண்டான்
வெயிலில் வெளி நகைக்கிறது
மனம் மூடத் தெரியாது
கண் மூடி வாய் பொத்த
எத்தனித்தவன்
உள்ளுக்குள் அலைகின்றான்
உடனலையும் குகைப் பறவை
சிறகசைப்பில் சீற்றம் பெருக்க
எச்சநெடி கமகமப்பில்
கால அகாலமாய்
நிஷ்டைத் தொடர்கிறது
முயன்றவன் வென்றவன்
ஆகிவந்த தருணம்
மென்கர விரலசைவை
ஓட்டத்தில் எண்ணம் கொள்ள
தளர்கின்றன பாறைகள்
சரிகிறது உள்ளே ஒளிவெள்ளம்
அமரும் அம்பலத்துடன்
வழிவிழி மனம்புகவே.

முடியாத மலர்

நாட்பட்ட வயோதிக மரத்தின்
முதிர்ந்த கிளையிலிருந்து
பூத்து உதிர்கிறது ஒருவராலும்
கவனிக்க முடியாத ஒரு மலர்
அதன் முதிர்ச்சியே
அதன் சாபம்
அருகிப் பெருகி வாசம் அலைய
அனல் காற்றில் கரையும்
அந்த மலரில்
ஓங்கி அழைக்க
சப்தக் குரலில்லை
நிறத்தில் கவர வலுவில்லை
ஓய்ந்த வாசமும்
ஒளியிழந்த வண்ணமும்
காற்றையும் வானையும்
கடக்க முயல்வதில்லை
தவிர
நாம் இதுவரை வரை
யறுத்தவாறு
பூக்கள்
கன்னிச் செடிகளில் மாத்திரம்
பூப்பதல்ல.

காலாவதி

கண்ணெதிரே முடிந்த
சம்பவங்கள்
ஆழ நினைவின்
அடுக்குப் படுகையில்
சலனமற்றுப் படிந்து விட்டன
நிகழ எதிரிருக்கும் நிகழ்ச்சிகள்
முடிச்சின் பூடகத்தில் காத்திருக்கின்றன
கடந்தவை அபத்தமான அர்த்தங்கள்
நிகழ்வெதிரோ
அர்த்தமாகும் அபத்தங்கள்
பொருள்
கொண்டும் அற்றுமுள்ள
இவை
ஒன்றை வென்று ஒன்று
ஒன்றில் ஒன்று நின்று
பொருளாகிக் கொண்டிருக்கவே
வாழ்வின்
சம்பவங்கள் அடுக்கப்பட்டுள்ளன.

உதிரும் இரவு

உதிராத தொரு
கருகிய கயிறுபோலும்
ஒரு சாம்பல் சிகரெட்போலும்
அத்தனை பலவீன இரவு
இருக்கிறது அவன் முன்னால்
மெல்லியதொரு காற்றோ அசைவோ
சிதைத்து விடக்கூடிய மென்மையுடன்
அதில் தான் அவன்
காதல் குறித்த
கடுமையான மன நிலைகள்
உருவாகியிருந்தன
சிறு அசைவோ பெருமூச்சோ
கூட இல்லாமல்
அத்தனை லேசில் ஒருவன்
காதலைக் குறித்த
எண்ணங்களில் மூழ்கியிருந்து
விட
முடியுமா
கண்டிப்பாக எனினும்
எரியும் அந்த இரவு
உதிரத்தான் போகிறது
விட்டுவிடலாம் எந்தப் பரிதாபமும்
இல்லாமல் அந்த இரவை
ஒரு காதல் உதிர்ந்து
போவதைக் காட்டிலும்
அத்தனைக் கொடூரமானதா என்ன
ஓர் இரவு
உதிர்ந்து போவது.

ஆழ் மாற்றம்

கூட்டத்திலிருந்த தனியான
குஞ்சு மீனொன்று
அழைக்க
அதன் ஆழத்திற்குப் போனேன்
காலடித் தடத்தில்
கட்டியிருந்த பாசியில்
இருந்தது அதன் இருப்பிடம்
ராட்சதனின் விரலிடுக்குகளில்
கிளம்பியிருந்த பெருஞ்சுவர் நிழலில்
நாங்கள் அமர
வெளியுலகப் பேரிரைச்சல்
மற்றும்
ஓசைகள் உட்புகாத
ஆழ அழுத்தம் பிதுக்கிய
கண்களில் நூற்றாண்டுக் கிழவனின்
வெளிறிய விழிகள்
அடர் மௌனத்தில் உரசித் திரும்ப
மீன் ஆக நான்
நான் ஆக மீன்
கடல் காலடி ஆக.

கனவுப் பெண்ணிசை

நீங்கள் உங்கள்
சதுரங்கத்தை
அது விளையாட்டே எனினும்
குரூரத்துடன் விளையாடுங்கள்
நான் சற்றே ஒதுங்கியிருந்து
ஒருவரை யொருவர்
ஏய்த்துக் கொள்ளும்
வஞ்சக விளையாட்டைப்
பார்த்துக் கொண்டிருக்கிறேன்
மேகத்திலிருந்து நீளும் மழை நாணையோ
மின்னல் நரம்புகளையோ கொண்ட
ஒரு கருவியை நீங்கள் அறியாத
என் கனவு பெண் இசைக்க
கேட்டுக் கொண்டிருக்கிறேன்
வேளை அதில்
நீங்கள்
மாட மாளிகைகளில்
காலி மனத்துடன்
கையேந்தியிருங்கள்
உங்களை ரட்சிப்பதல்ல என் பணி
எதையோ
முழக்கிக் கொண்டிருப்பதுதான்
என் பின்னே
எதுவெதுவோ பவனிவர.

இறகொன்றின் ரத்தம்

வியர்வைப் பெருகியவுன்
இறுகிய முகப் பரப்பில்
கண்ணீர்
சொட்டொன்றும் கசியாத அன்று
வாய்விட்டு இன்னும் அழுதிருப்பேன்
தைரியம் கொஞ்சம் இருந்திருந்தால்
முடியாத வெட்கம்
துக்கத்தின் மென்னியை
இறுக்கிக் கொன்று கொண்டது
நீ யனுப்பிய இறகொன்றின் ரத்தம்
கடிதத்திலிருந்து வழிகிறது மனதில்
என்ன செய்துன்னை மறப்பேன் என்
நினைவிலிருந்து என்ன பழி
பெற்றென்னை மீட்பேன்
உன் நினைவிலிருந்து
எழுதிய பேனா
தலைபுதைத்துக் கொள்ள
எங்கோ ஓர் இடம் இருக்கிறது
தாளோ
காயவடுவோடு
காலத்தில் அலைகிறது.

காலமும் அவனும்

சற்றும் எதிர்பாராத ஒரு சந்தர்ப்பத்தில்
அவர்கள்
நேருக்கு நேர் சந்திக்க நேர்ந்தது
இருவருக்கும் திகைப்பு
காலம்
காலமான விவாதங்கள்
மீண்டும்
இருவரின் நினைவுகளில் கொந்தளிக்கின்றன
தோல்விகளை ஒப்புக்கொள்ளா பிடிவாதம்
மூர்க்கமாய் மூண்டெழ
தர்க்கம் மேலும் தொடர்கிறது
காலத்தின் குரலும் வாதமும்
அவனைத் துரும்பாய் தூற்றி விடுகிறது
அடுத்த எதிர் வாதத்தில்
நாவெழாமல் காலம் அவன்
காலடியில் பதுங்குகிறது
இருவரும் ஓங்கிக் கொக்கரிக்கின்றனர்
ஓய்ந்து பணிகின்றனர்
என் நீண்ட அடியெடுத்தலில்
இருப்பு உன்
கணநேர உருவெளி என்ற காலம்
இப்போது அவன் கை
விசிறியென ஆக்கப்பட்டு
அசைந்து அசைந்து
முக்காலத்தாலும் சேவகம்செய்ய
சரணடைந்து விட்டது
அவனோ
விசிறியின் ஓயாத விசிறலில்
கரைந்து கொண்டிருக்கின்றான்.

மார்ச்சுவரியின் மரணம்

கரைந்தும்
காகங்கள் அலைந்தும்
ஆர்ப்பரிக்கும்
துயில்மர முக வெளியின் கீழ்
காலம் கடந்து
புதிதாய் கிடக்கிறது
ஒரு பிரேதம்
அதைச் சுற்றிலும்
உறவும் நட்புமென
உறைந்தும் திரிந்தும் கொண்டு
இருப்பவரிடையே
துக்கப் பெருங் காக்கை
றெக்கை விரித்துத் தன்
நிழலின் துயரெனப் படர்ந்திருக்கிறது
உலகத்தின் சோக மங்கும்
ஒரு தருணமாகத் தேங்கி நிற்க
வெயிலின் அத்து மீறிய ஒளியும்
வெம்மையும் இழந்த
வெறுமையின் தீராத
இருளும் குளிர்ச்சியுமென
மனநிலைகள் சாயல் கொண்டு
மனிதரென வீற்றிருக்கும்
காட்சி
கடந்து பார்க்கும் சகுனனின்
கண்களில் விழும் சாலையைக்
கடக்கும் விபரீத வாகனமொன்று
கணநேரம் வீறிட்டு
அப சகுனமென அறிவிக்கும்
எல்லாம் ஸ்தம்பிக்க.

பழகிய அறை

எதுவும் வெளிப்படாததொரு சூன்ய வேளை
திடீரென
ஓசையாய் கடிகாரத்தின் இதயம்
துடிக்க மோதுகிறது அறைச் சுவர்களில்
கனவு போன்று நிழலொன்று
கலைந்து வெளியேறுகிறது
எனக்கு முன்னால் நாங்கள் அமர்ந்திருக்கிறோம்
எங்கள் பேச்சு எங்கள் மௌனம் எங்கள் பார்வை
எல்லாம் எங்களுடையதாகவே இருந்தது
எங்கள் வேட்கை எங்கள் ஸ்பரிசம் எங்கள் மூச்சு
இதுவெல்லாமும் எங்களுடையதாகவே இருக்கிறது
புதிய பொருள்களாலும் நபர்களாலும் நிரப்பப்பட்டு
மாறி இடம் போன அறையுள்
காலம் இறந்தும் இன்னும் உயிர்ப்போடிருக்கிறது
துயரமும் காமமும் ஒன்றுள் ஒன்று முயங்கி
அறையின் ஞாபகச் சீசாவில்
கண்ணீரும் விந்துமாய் சேகரிக்கப்பட்டிருக்கிறது
எடுத்துச்சென்று பாதுகாக்கும் எத்தனிப்போ
நாற்றத்தைப் பெருக்குகிறது
போட்டுடைக்க வீசும் விருப்பமோ
காற்றில் காற்றென கரைகிறது
எதிர்காலத்திற்குக் கொண்டு வர முடியாத
அந்தச் சீசா
இறந்த காலத்திற்கும் நிகழ்காலத்திற்குமிடையே
சீழ்க்கை எழுப்பிச் சுழன்றுகொண்டிருக்கிறது.

யாத்ரீகன்

எல்லாவற்றையும் உதாசீனம் செய்து
கிளம்பினான் யாத்ரீகன் ஒருவன்
என்னுள் சில நாள் தங்கியிருந்து
பழுதடைந்த சொற்களையும் பாடல்களையும்
அவன் உடனெடுத்துச் செல்கிறான்
அருகிய பூச்சிகளையும் பட்சிகளையும்
அவன் சிதைந்தச் சொற்களால் உயிர்ப்பிக்கிறான்
தரிசுகளெல்லாம் வனங்களாகப்
பாழ்ப்பட்ட பாடலை இசைக்கின்றான்
தாகித்த தருணங்களில்
அவனருகாமை எங்கும் நீரூற்றுப் பீரிடுகிறது
பசியுணர்ந்த பொழுதோ
கனிமரங்கள் எதிர்ப்படுகின்றன
சோர்வடையும் சமயங்களிலோ
பறவைகள் காற்றில் பாடுகின்றன
இருந்தும் அவன்
நீரருந்திப் பசியாறி உறங்காமல்
காலத்தைக் கடந்து தொடர்கின்றான்
லட்சியம் என்பதோ குறிக்கோள் என்பதோ
ஏதும் அவனிடம் இல்லை
வியாதி நிரம்பிய ஊர் வழியாகக்
களிம்பாய் மருந்தாய் நடக்கின்றான்
வன்மம் கொண்ட மானுடரூடே
அன்பைப் பெருக்கிச் செல்கின்றான்
செல்வது எங்கே அடைவது எதைத்தான்
நமக்கு மட்டுமே யம்
அவனுக்கோ
பயணம் மாத்திரம் உண்டு
பயனென் றெதுவும் இல்லை.

நீ நானற்று

வார்த்தைகளை மெச்சி நம்புபவ னெனினும்
கைக்கொடுக்க வில்லை
மௌனத்தி னென்னுள் உன்னிடம்
பேசிக் கொண்டிருக்கத் துணையாகும்
சொற்களெல்லாம் விடிவுமீன் ஆகிறது
பற்றி இதை எழுதமுடிகிற என்னால் ஏன்
பற்றி அதை எழுதமுடியாமல் போகிறது
ஆங்காங்கே காண்கிறேன் இப்போது
என்னைப் போல் தனியாகவும்
நம்மைப் போல் அருகருகாயும் அமர்ந்து
பாவனைகளில் சம்பாஷிப்பவர்களை
ஆகாயத்தின் வெளிர்நீலம் திடீரென
எனக்குள் கொண்டு வருகிறது உன்னை
மேகமோ நம் உடன் நகர்கிறது
இங்கு இல்லை நீ எனினும்
இருக்கிறாய் நீயிதில்
இருந்துகொண்டிருப்பதுதான் ஒருவேளை
ஏதோ வகையில்
நம்மை இருத்திக் கொண்டிருக்கிறது
நேரிடையாகச் சந்தித்துக்கொள்கிற நாம்
எதிர்ப்பார்க்கிறபோது
அங்கில்லாமல் போவதை
நமக்குத் தெரியாதா.

அந்தி

ஒரு தனியான மாலை
நிறைந்த கருவேல ஏரியில்
கூச்சலில்லை அசைவுமில்லை
துயரமுற்று மரங்கள் சில
பரிதாபமாக வீழ்ந்துள்ளன
பசியான பிணமான மனிதர்களைப்போல்
வெட்டுப்பட்ட காயங்களிலிருந்து
சில மரங்களின்
மௌனம் பெருகிக்கொண்டிருக்கிறது
சில இறக்கைகள் உதிர்ந்த
மலர்களினூடே வண்ணத்துப்பூச்சி
அப்பாலான
ஏரிப்புற தரிசிலிருந்து ஒளிர்கிறது வெளிச்சம்
காதடையும் கால்நடைகள்
புல் பிய்க்கும் ஓசை
மனதின் நிச்சலனத்தில் பாய்கிறது
பறவைகள் சில உரையாடுகின்றன அவற்றுடன்
இறுதியுடன் அந்நாளின் பிறவற்றுடன்
பசும் வெளியில்
கருப்பு மஞ்சள் பழுப்பில்
பறந்தவாறு அலையும் கண்கள்
எங்கோ எதற்கோ பெருகிய
ஒரு சிரிப்போசையின் பெண்
காதலை எதிர்ப்பார்ப்பை நிரப்புகிறாள்
ஏரிமுழுதும் நிரம்புகிறாள்
அதில் மூழ்கி மூழ்கிக் கொண்டிருப்பவனை
மேலும் ஆழ்த்துகிறது ஆழத்தில்
திரண்டு வரும் இருள்.

உயிராதாரி

நீ ஒரு பெண்
சாதாரணமானவள் எனினும்
இந்தப் பிரபஞ்சம்
உன் கண்களிலிருந்தே தோற்றமளிக்கிறது
உன் இருப்பு ஒரு சிறு துகள்
ஆயினும் இந்த வெளி
உன் விரல் நுனிகளிருந்தே விரிகின்றது
நீ இசையின் ஒரு துடிப்பு மட்டுமே
இருந்தும் எல்லாவித ஓசைகளும்
உன் இருதயத்திலிருந்தே பெருகுகின்றன
மிகத் தாமதமாய் எதிர்ப்பெற்ற
ஓர் உயிர் நீ
என் எல்லாச் சலனத்திற்கும்
உன் உயிர்ப்பே ஆதாரமாயிருக்கிறது.

இலைகள் இட்ட கூச்சல்

அறையுள்
அடைப்பட்டிருந்தவனைப் பார்க்க
சன்னலில் ஒரு மரம்
கேட்க யாரோ
கடந்து போவோரின் குரல்
சன்னலில் பார்த்துக்
கொண்டிருந்தவனின் தற்செயலில் பட
படக்கும் இலைகள் சலசலக்கும்
அசைவில் கேட்டான் மிகப் பலர்
ஆக்ரோஷத்தில்
இட்ட கூச்சல்
அறையிலிருந்து வெளிச்
செல்ல
ஒருவருமே இல்லை
பின்பு
அறைத் திரும்பி
சன்னலில் பார்க்க
அங்கோர் அசைவு
மிலை.

கவிதை

உன்னை எத்தனை நேசிக்கிறேனோ
அத்தனைக்கும் சந்தேகிக்கிறேன் சந்தேகித்த தன்
அளவு குறையத் தொடங்குவதாய் இருந்தால் உன் மீதான அன்பும் வீழத்
தொடங்கியதாகி இருக்கும் சந்தேகமே படாத ஒருவனாய் நான் மாறி
விட்டிருக்கிறபோது நீ முற்றிலும் எனக்குச்
சம்பந்தமற்ற வேறொன்று ஆகி இருப்பாய்.

வறண்ட சூரியன்

வறண்ட ஏரிப் படுத்திருக்கும் பின்புலத்தில் நின்றிருக்கும்
வறண்ட மலை அதன் எதிரே சிறகை விரித்த
வறண்ட வயல் வெளியதன் வானத்தில்
வறண்ட சூரியன் சோர்வுற்று நடந்து விதைக்கும்
வறண்ட வெயில் அது விளைக்கும்
வறண்ட பகலில் நடந்து செல்லும்
வறண்ட ஒருவன் தன்
வறண்ட மனநிலையை எழுதிய
வறண்ட கவிதை இது.

அமானுஷ்ய வேளை

புழுக்கமான முன்னிரவுக்குப் பின்
நள்ளிரவில்
கனத்த மழையொன்று பெய்கிறது
நனைந்தசையும் எல்லாவற்றின் மீதும்
மின்னல் ஒன்று பளீரிட்டு
சில கணநேரம் உறைகிறது
அவ்வமானுஷ்ய வேளை
நீண்ட நாளாய்க் குழந்தையின்றித்
துக்கித்துக் கிடக்கும்
தம்பதியரின் எதிர்வீட்டு ஜன்னல்
அசாதாரணமான வேகத்தில்
படீரென்று திறக்கிறது
உள்ளே கொடியில்
குழந்தை ஒன்றின் நீர்ச் சொட்டும்
நனைந்த ஆடை.

சூரியனுக்கெதிரே ஆகாயத்தில்

குழந்தை ஒன்று
தனது சின்னஞ்சிறு கரத்தைச்
சூரியனுக்கெதிரே ஆகாயத்தில் வைக்கிறது
உடனே எடுத்தும் கொள்கிறது
பூலோக அப்பொழுது
ஓர் இரவைக் கண்டு
விடிகிறது.

மூடிய இரவுகள்

ஓர் இரவைத் திறந்தேன்
ஏகப்பட்ட மூடிய
விரல்கள்
அதிலொரு விரலைத் திறந்தேன்
ஏகப்பட்ட மூடிய இரவுகள்.

நிலவு காணல்

முன்னிரவோ
பின்னிரவோ
நிலவைப் பார்க்கத்
தொடங்கும் போதெல்லாம்
அவள்
என்னெதிரே வந்து அமர்ந்து கொள்கிறாள்
நிலவிலிருந்து பெற்ற மஞ்சள் நிறமவள்
உடையோ என்
நினைவிலிருந்து எடுத்த நீலம்
என்னிலிருந்து நிலவுள்ள தூரம்
அவள் அமர
எங்களுக்குள் நெருங்க
விழியைக் கண்டு கொண்டிருப்பதும்
விரல்களை வருடித் திளைப்பதும்
கிராமிய மொழியில் கூறும்
தேவதைக் கதைகளைக் கேட்டுக்களிப்பதும்
உன்மத்த வேகத்தில் ஸ்பரிசித்து
இதழில் முத்தங்கள் இடுவதும்
எல்லாமே
நிலவைப் பார்ப்பதே ஆகிறது
நான் நிலவிலிருந்து
கண்களைப் பின் வாங்கும்போது
அவளும் என்னிடம்
விடைப் பெற்றுச் சென்றுவிடுகிறாள்.

தென்

கருங்காற்றில்
அலைந்து கொண்டிருக்கும்
நள்ளிரவு தோப்பின்
தென்னை வழியாக நடந்தவனின்
மேலொரு நீர்த்துளி விழுகிறது
ஏதோ சிலிர்ப்பித்த உணர்ச்சிப் பெருக்கில்
அண்ணாந்த போதொரு தென்னை
அவனளவிற்குக் குனிந்து
மூடுகிறது தன் கூந்தலால் அவனை
அச்சக் குரலெழுப்ப முடியாமல்
இளம்பாளையொன்று
அவனுதட்டில் தன்னைப் பதிக்கிறது
அப்போதே மலர்ந்த குலையின்
ஈர ஈர்க் கைகள்
அவன் விரல்களில் பிணைகின்றன
இளநீர்கள் மார்பில் பதிகின்றன
குருத்தோலைத் தன் வழுவழுப்பில்
அவன் தொடையிடை நுழைகிறது
நிஜத்தில் இருந்தும்
மீறிய இத்திளைப்பை
கனவுபோல் உணர்த்திச்
சாத்திய மற்ற சாத்தியமாய்
நிகழ்ந்த இது
அவனுக்குள் தெளிந்ததும்
பொல்லென விடிந்து விடுகிறது
சூரியக் கதிர்கள்
சாய்வினில் பாய்ந்து
கிளர்த்திய காலை
அவன் கண்ட தென்னை
ஈரப் பனியைத் தன்
கூந்தலில் சுற்றிய மலர்ச்சியில்
மௌனத்தில் நிற்கிறது.

பேரண்டப் பட்சி

எல்லை மீறிய
இப்புவியின்
ஒரு சிறு பறவை
வரம்பற்றுப் பறந்த தன் வேகத்தில்
வானினூடே
பேரண்டப் பட்சியாகப்
பெருகி
வெளியெனப் பரந்து
மிதந்து நிற்கையில்
ஓயாத இயக்கத்தின்
தீராத பெரும்பசி
கண்ட
பறவையின் பார்வையில்
புவியொரு
தான்யமெனத் தெரிய
விழுங்கி விட்டது
இதை
இப் பேருந்தின் உள்ளிருந்து
காணும் என் இருப்பு
தான்யத்தின்
உள்ளியங்கிக் கொண்டிருக்கும்
ஒரு சலனத்துள்
நிகழ்ந்து கொண்டிருக்கும்
ஓர் அணு.

கிரியிறக்கம்

அந்த
மாலை
கடலுள்
மூழ்கியவாறு
இருந்தோம்
ஒளிமலர்கள் பூத்திருந்த அதனாழத்தில்
நிகழ்ந்திருந்த சூரியாஸ்த மனம்
மயக்கமானதொரு மஞ்சளைப் பரப்பிப்
பெருகியிருந்த நிசப்தச் சூழலதில்
மொழி நம் தனிமையில் உறவாடியது
கடவுளின் நிழலென இருந்தது
நீரினுள் மூழ்கியதான
முத்த ஸ்பரிசமும்
மிதந்ததான அன்றைய பரவசமும்
பாசி மேகங்களினூடே வானில்
நழுவிக் கொண்டிருந்த
வெண்ணிற முத்துப் பிறை
முழு ஒளிச் சேர்த்த
அன்றுதான்
நமக்குள் இருந்து நாமே
அறியாத வினோத உயிரினம்
எனத் தோன்றி திசைகளில் திரிந்தோம்
பின்பே
வானத்தில் உயிர்ப்பெற்ற
மலையிலிருந்து இறங்கிய
சமவெளியின் தார்ச் சாலையில்
நம்மை
நாமறிந்து கொண்டிருந்தோம்.

இருக்க முடியாத அந்த ஒருவன்

இருக்க முடியாத அந்த ஒருவன்
தொடர்ந்து ஓரிடத்திலிருந்து போகப்
பிறிதோரிடத்திற்குக் கிளம்புகிறான்
நெரிசல் மிக்க சாலை
வழி நடந்து
நெரிசல் மிக்கப் பேருந்து
நிலையம் அடைகிறான்
வந்து செல்லும் பேருந்தில் நிற்க ஏறும்
முன் ஜாக்கிரதை யற்ற அவன் முன்
நடத்துநர்
பைகளில் உடையின் கைகளால் துழாவுகிறான்
கணிசமான சில்லரை
சில கிலோ மீட்டர்கள்
கூடக் கொண்டு செல்ல முடியாத
திகைப்படையச் செய்கிறது அவனை இறக்கி
இரக்கப்படாத இடத்தில்
தியான காலம் போலச் சற்றே நிற்கிறான்
கண்களைக் கைகளை மூடி
திறந்து பார்க்கிறான்
இப்போது காசை உருவாக்கி யிருக்க
முடியவில்லை அவனால்
திரும்பி நெரிசல் மிக்க
மேலும் நெரிசல் மிக்க
அதே பாதை வழி கோடியிலுள்ள
ஒரு மைதானத்தில் துயரம் பெருக அமர்கிறான்
காலம் அவன் துயரத்தை
மைதானத்தில் நிரப்பி விட்டதுபோலும்
மைதானம் மலர்த்தடாகமாகி விடுகிறது
கரையில் ஏக்கத்துடன்
மலருக்காக அமர்ந்திருக்கும்
மேலும் ஒருவன் அவனேதான்
இவன் பறித்துத் தந்த மலரை அவன் பெற்று
மீண்டும் மறைகிறான்
இவன் பிரிதோரிடத்திற்கு வந்துவிட்டதை உணர்கிறான்.

ஜளவாலையின் பிரதிமை

வனாந்தரத்தில்
எரிந்து கொண்டு நிற்கும்
ஆள் உயர நெருப்பு
பன்னூறு வருடங்கள்
பரிச்சயம் கொண்ட ஒருவனால் மட்டுமே
அதை ஸ்பரிசிக்க முடியலாம்
அச்சமின்றிக் கையேந்தக் தெரிந்தவனுக்கு
மலரின் தன்மையில் இன்பத்தைத் தருகிறது
மலராகத் தீண்டியவன் எளிதிலதன்
மயக்கத்திலிருந்து விடுபட்டு விடமுடியாது
தன் இருதயத்தில் சூடிக் கொள்ள
எவனால் முடிகிறதோ
அவன்தன் தடயங்களில் தீயின் வீச்சை
விட்டுச் செல்கிறான்
காய நினைக்கிறவன் சாம்பலையே உதிர்க்கிறான்
இப்புவியின் இதயத்தில் குழம்பெனக் கனன்று
இருதயத்தின் மையத்தில் குருதியெனச் சுழன்றும்
கொண்டு நிற்கிற
இந்த ஜளவாலையின் உருவைப்
பகுக்க வருகிற ஒருவன்
முதலிலதன் ஒளியைப் பிரிக்கிறான்
பின் பதன் கனலை நீக்குகிறான்
இப்போ தந்த வனாந்தரத்தில் அது ஓர்
கன்னியின் பிரதி
மையாய் ஓய்ந்து நிற்கிறது.

திரும்ப முடியாத பாறை

நீண்ட நாட்களின் முன்
மஞ்சு புற்களும் சருகாகிவிட்ட
இம் மலையில்
முடியாத கால் நடைகள்
அடிவாரத்திலேயே
திரிந்தலைந்த கோடையில்
நானேற
வறண்ட நா சோர
இங்கமர்ந்தேன்
பகல் மாறி நிறம் உருமாறி இரவாகிக்
காலம் மழையாகிக் குளிராகி வெயிலாகப்
பாறையாகி விட்டிருந்தேன்
பின்பு விடிந்ததில் விழிக்கிறேன்
என் கால்கள்
புத்தம் புதுச் செடிகளில் முளைத்திருக்கின்றன
கொடியில் படர்ந்த தலையில்
வனப்பூட்டும் வனப்பூக்கள்
ஞாபகங்கள் சிறகென விரித்த
ஒரு பறவை பறந்து
எள்ளும் என் இருப்பு
பெயர்ந்தால்
நான் இந்த மலை
சரியும்
என்ற அச்சம் உறைய
இருந்திங்கே கொண்டிருக்கிறேன்
நாட்களின் முன் வந்தும்
இங்கு
திரும்ப முடியாமல்.

ஒன்று மே

மேலும் நாம் நிரம்பிக்
கொள்ளவே இங்கு வந்திருக்கிறோம்
விடுதி மாடி அறை
மூன்றாவதன் வெளியில்
அன்றைய எல்லா இரைச்சலையும்
ஓயச் செய்து விட்டு அமர்ந்திருக்கிறோம்
எதிரே ஒளியை நீரோட்டத்தின் மீது
ஆழப் பதிக்க முடியாமல்
ஆற்றின் நடு வானில்
ஒரு பலவீனமான நிலவு
அதன் மஞ்சளாடை
காற்றின் இருதயத்தின்
வெம்மை யோட்டத்தைத் தணிக்க முயல்கிறது
பகலின் உஷ்ணத்தில்
களைத்த
தசைப் பிண்டங்களென இருந்த நாம்
நம்மைக் கண்களால் ஆற்றி
உற்சாகப் படுத்துவதாக உள் நுழைகிறோம்
அறையின் பெருமூச்சு
காதுகளின் அருகே ஓசையிட்டுக்
கடந்து செல்கிறது
சுவர்கள் வேர்த்துப் பிசுபிசுத்திருக்கிறது
ஆவலோடு ஒருவர்
உள் ஒருவர் நீராடிக்
கனன்ற திரேக நதிகள்
வெந்நீரால் நிரம்ப
மிகப் பரபரத்துக் கரை மீண்ட
விடியலிலும் தணியாததாய்
அறையின் அனல் மூச்சு
சுழன்றிருக்கிறது
நாம் நமக்குள்
மேலும் நிரம்ப முடியாதென்றுணர்ந்து
திரும்பி விட்டோம்.

மாய மரம்

அந்தரத்திலும் பூமியிலுமாக நிற்கிறது
ஒரு மரம்
ஒரே நேரத்தில்
அசைந்தும் அசையாமலும்
அதன் கிழக்கு முகமோ
வெளிச்சத்தால் பகல் அடைந்திருக்க
மேற்கின் கிளைகளிலோ
இருள் அடர்ந்திருக்கிறது
அதன் கூடுகளிலிருந்து பரவும்
குரல்களின் பிஞ்சுப் பட்சிகள்
பிரிவின் அவலத்தையும்
மகிழ்வின் உறவையும் எழுப்புகிறது
ஒரு பகுதிச் சருகாலும்
மறு பகுதிக் கனிகளாலும் நிரம்பியிருக்கும்
அதன் அடியிலிருந்து
குழந்தைகள் சில
ஏமாந்தும்
சில குதூகலத்துடனும் திரும்புகின்றன
காலத்தின் முன்
னொரு செடியாகவும்
பெரும் விருட்சமாகவும்
தோற்ற மளிக்கும்
இந்த மரம்
தன்னைக் கடந்தோர்
சிலருக்கு உள்ளேயும்
சிலருக்கு வெளியேயும்
தெரிகிறது.

நினைவி

நிஜத்தின் ஓரிடத்திலும்
நினைவின் பலவிடங்களிலும்
நீயிருந்து கொண்டிருக்கிறாய்
அறிந்தவர்கள் ஒவ்வொரு
வரும் உன்னை
நினைக்கையில்
நீயே அறியாத வேறு
வேறிடங்களில் நீ யிருக்கிறாய்
ஓரிடத்தில் இருக்கும் உன்னை
அவர்கள்
அவ்விடத்திலேயே நினைத்தாலும்
அங்கு நீயே
வெவ் வேறாக இருக்கிறாய்
யாரும் நினைக்காத போது
நீயே கூட
ஓரிடத்திலும் இருப்பதில்லை
நிகழ்ச்சிகள் நடைபெறுவதும்
நினைவுகளைக் கொண்டு
இருந்தும் நீ இல்லாமலும்
நிகழ்கின்றன
நினைத்து நான்
கொண்டுள்ள நீயும்
நினைத்து நீ
கொண்டுள்ள நானும்
நாளொன்றிலும் சந்தித்ததில்லை
சந்திக்கப் போவதுமில்லை
உனை நினைக்கும் பலரோடும்
நீ பிரிந்தும் இருந்தும்
கொண்டேயிருக்கிறாய் எனினும்
உனை அறியாத ஒருவர்
நினைவிலும் நினைக்க நீ
இல்லை எனில்
அவர்களுமில்லை.

நள்ளிரவில் இயேசு இளம்பெண்ணை அழைத்துச் செல்கிறார்

வெளியூரிலிருந்து
ஏதோ காரணம்
வந்த பேருந்து வழியில் பழுதடைந்திருக்கலாம்
அல்லது தன் மகனை அவ்வளவு
லேசில் பிரிய மனமில்லாமல்
தூங்கிய பின் கிளம்பியிருக்கலாம்
அல்லது கணவனுடன் சண்டையிட்டு
வைராக்கியத்தில் நேரம் பாராமல்
புறப்பட்டிருக்கலாம்
ஆட்கள் அடங்கிய நடமாட்டமில்லாத
நிலைய நள்ளிரவில்
பேருந்தை விட்டு இறங்குகிறாள்
நகரத்திலிருந்து
கிராமத்துக்குச் செல்பவளாக
அதன் பாதையில்
பயந்தும் துணிந்தும் நடந்தவள் தன்னைத்
திரும்பிப் பார்த்தவாறு
கடக்கும் சைக்கிள்காரனிடம் தன்னை
அமர்த்திச் செல்லுமாறு மன்றாடுகிறாள்
ஏற்றிக் கொண்டவுடன்
பெருமூச்சு விட்டு
இயேசுவே வந்தீர்கள் என்கிறாள்
நீங்கள்
கூடப் பார்த்திருக்கலாம்
நள்ளிரவில்
கிராமத்துச் சாலையில்
தன் சைக்கிளின் பின்புறத்தில்
இயேசு
ஓர் இளம் பெண்ணை
அமர்த்திச் செல்வதை.

சாக்கடல்

ஆர்ப்பரிக்கும் கடல்
அருகில் தேங்கி ஓய்ந்த
சாக்
கடை யொன்றில்
மூழ்கி யுழன்ற
பன்றி என்
னெதிர் ஒன்று வர
இரு
வரும் சில கணங்கள்
உற்றுப் பார்த்துக் கொண்டோம்
பின் னது
என்னைக் கடந்து
கடல் மேல் நடந்து
போனது மறைந்து
ஆர்ப்பரித்துக் கொண்டிருந்த
கடல்
அடக்க மானது.

சாகித்யாவின் சொல்

தன்னைத்
தனிமையில் விட்டுவிட்டு
நகரத்திற்குச் சென்றுவிடும்
பெற்றோரைப் பார்த்து
தூங்கி விழிப்பித்தக் கதையில்
அவள் சொல்ல இரவு
அடி அதை அடியென்று
அடித்ததான
சொல் கேட்டுப்
பணிக்குச் சென்ற
தம்பதியர் கண்டனர்
நகர
கட்டிடங்களின் மீதும்
சாலைகளின் மீதும்
மிக மிகப் பெரிய
வடுக்கள் இருந்ததை.

பாழி: சில்பக் குளம்

வறண்டிருந்த சதுரக் குளம்
தனை நாடி வரும்
அவனுக்கு ஓர் ஆறுதல்
பல தினங்கள்
சுற்றுப் படிகளில்
கல் பாம்பு கல் மீன்
கல் ஆமை மற்றும் ஒரு
கல்நங்கை உறைந்திருந்த
அவன் வெறுமைக்குள்
வெறுமையைப் பெருக்கியவாறு
ஒரு மழை பெய்து நனைக்க
எல்லாமே உயிர்ப் பெற்று
தவித்து அசைந்தன
ஈரம் மறைய அனைத்தும் உறைந்தன
மழை
பின்னும் மழையெனப்
பெய்து நிரம்பிய புலர் கரைக்குக்
குளக் காலை வந்த அவன்
நீந்திக் கொண்டிருந்த நீர்
பாம்பு
மீன்
ஆமை மற்றும் அந்தப் பெண்
அழைக்க
உள் ஆழ்ந்தான்.

குரல்களின் பிம்பம்

தாவிய தவளைகள்
வானில் அமர்ந்து கொண்டன
அவற்றின்
நட்சத்திரங்களோ நீரில்
குரல்
எழுப்பிக் கொண்டிருக்கின்றன.

உகந்த இடம்

தனிமை கிடைப்பது
மிக அபூர்வமாகி விட்டது
இந்தப் பூமியில்
தேடிப் புறப்பட்ட அவன்
திடுக்கிட
ஒரு நபர் ஒரு வாகனம் ஒரு சப்தம்
ஒரு மலை ஒரு பாறை ஒரு குரல்
ஒரு வனம் ஒரு பூச்சி ஓர் இரைச்சல்
ஏதேனும் எதிர்ப்பட்டு
தனிமையைத் துரத்தி விடுகிறது
வெளியில் தனிமையில்லை
எனில்
பிரபஞ்ச வெளியிலும் கூட
கோள்களும் மீன்களும் வேகத்தில்
நீந்திக் கொண்டு
ஒருவன்
தனிமையைத் தேடுபவன்
அவனுக்கு
உகந்த இடம்
அவன் அறையைத் தவிர
வேறொன்றும் இருக்காது
எனத் திரும்புகிறான்
ஆளற்ற வரண்டா
வழி நடந்து அறையைத் திறக்கிறான்
வேகமாக
முகம் சுழித்து
வெளியேறுகிறது
தனிமை.

கன்னியாகுமரி

எல்லையைக் கண்டவன்
திகைக்கிறான்
கரைந்த மனம் அலையடிக்கிறது
எல்லையற்ற வெளிவரை
குழப்பமாக
நீர்
வேலித் தடுப்பு
திரும்ப
அவனைச் சொல்கிறது
மலைகளின் முகடுகளுக்கு
உயரம் பள்ளம்
உணர
பள்ளம் உயரம்
திட
திரவ
மாகிறது
அலை
மலை
வருவோர்
விட்டுப் போக
தனிமையானவன்
கொண்டு செல்லக்
கூடும்
நீரும்
நினைவும்.

திருவண்ணாமழை

ஒவ்வொரு முறையும்
திருவண்ணா
மலையிலிருந்து திரும்பிய போதும்
மழை பெய்தது
இன்றும்
திருவண்ணா
மலையிலிருந்து திரும்புகிற போது
மழை பெய்து கொண்டிருக்கிறது
இனி ஒவ்வொரு முறையும்
மலையிலிருந்து திரும்பும் போதும்
திருவண்ணா மழை பொழியும்.

பந்து பற்றிய நினைவு

இரண்டு சிறுவர்கள்
விளையாடிக் கொண்டிருக்கின்றனர்
பந்தை வீசியும் பிடித்தும் கொண்டு
சிலமுறை
பந்து பிடிக்கப்படுகிறது
சில வேளை தவறவிடப் படுகிறது
அவனால் வீசப்பட்டதை
அது வெளியில் வந்து கொண்டிருக்கும்
காலத்தில்
இவன் பிடித்து விடுவான்
என நினைக்க
தவற விடுகிறான்
தவற விடுவதாய் நினைத்ததோ
பிடிக்கப் படுகிறது
நினைப்புச் சிலவேளை
நடக்கிறது தவறுகிறது
இது எனக்குச் சவாலாகி விட
முழு கவனத்தையும்
பந்திலும் அதன் பயணத்திலும்
சிறுவர்களின் கைகளிலும்
காலத்திலும்
செலுத்துகிறேன்
நினைவும் உணர்வும் இருந்த இடத்தில்
பந்தும் கைகளும் குவியும்
இப்போது
மனம் தீர்மானிக்கிறது
அவன் வீசும் பந்து
இவனால் பிடிக்கப்படுவதாக
பிடிக்கப்படுகிறது
இவன் வீசும் இந்தப் பந்து
அவனால் தவறவிடப்படுவதாக
தவற விடப்படுகிறது.

இரண்டாம் படிக்கட்டில்

நாள் இறுதியிலோ
இறுதி நாளிலோ
இறங்கிக் கொண்டிருந்தேன்
ஆழமறியாத அந்தக் குளத்தின்
படிக்கட்டுகளில்
அல்லது
ஆழமறிந்து விட்ட அந்தக்
குளத்தின் படிக்கட்டுகளில்
ஏறிக்கொண்டிருந்தேன்
தொடக்க நாளிலோ
நாள் தொடக்கத்திலோ
ஒரு படியிலிருந்து
இன்னொரு படியைக்
கடந்து
அடுத்தப் படியில்
காலெடுத்து வைத்தபோது
ஏற்கெனவே இப்படிக்
கட்டுகளைக் கடந்து கொண்டிருந்ததான
ஞாபகம்
கனவில் போன்றும்
கணித்துக் கொள்ள வியலாத
பால்யத்தில் போலும்
முற்பிறவியில் எனவும்
மூன்றிலு முண்மை யில்லை
யென வெண்ணிக் குழம்பிக்
கணத்தில் கண்டுகொண்டேன்
முதல் படிக்கட்டையும்
மூன்றாம் படிக்கட்டையும்
இணைக்க முடியாத
ஓர் ஆழ்ந்த மறதியை
இரண்டாம் படிகட்டில்
அடைந்திருந்ததை.

நீ எரிந்த இரவு

மிஞ்சிய பிரிவு மனநிலை
ஏதோ ஒன்றைச் சாக்கிட்டு
உன்மீது ஒரு வெறுப்பாக மாறியிருந்தது
ஆனாலும் உள்ளுக்குள்
உன்னுள் மேலும்
புதைந்துவிடப் பதறிக் கொண்டிருந்தேன்
உன்னை
இருத்திக் கொள்ள முடியாத இரவு
பலவீனத்தின் மீது கொண்ட வன்மம்
மீதுன் தாவியதாகி விட்டது
நான் மேலும் நிற்கிறேன் மேலும்
சில பல நாட்களோ
தெளிவாக இல்லை நான்
வழியற்று அறிவற்று உணர்வும் அற்று
வெறுப்புடனேயே போய்க் கொண்டிருக்கும்
உன்னை உடனே காண
உந்தும் விபரீதம் உள்ளே பீரிடும்
அவஸ்தையைப் பெரிதாக்கித் திகைத்து நின்ற
அன்று என் மேல்
திகிலும் தனிமையும் துயரமும் நிறைந்த
அந்த இரவைக்
கொடூரமாய் வீசியெறிந்து
சென்றே விட்டாய் நீ.

இவ்வானில்

மேகக் கருத்திரள் ஒன்று
மேல் ஆகாயத்தில்
தன்னந்தனியே நகர்கிறது
வடமேற்கிலிருந்து
கிழக்கின் தெற்கு நோக்கி
யாரோ ஒருவன்
அதைக் காண்கிறான்
ஏக்கம் நிறைந்த எதிர்ப்பார்ப்போடு
அறியாத மேகம் இப்பொழுது
இங்கு இவ்வானில்
கண்டவனோ வேறோரிடத்தில்
அவனை
இங்கு நிஜத்தில் காணத் தேடி
நினைவில் கொண்டு வருகிறான்
இவன்
உடனே
மழை ஒன்று பெய்தால்
பெய்வது அங்கா இங்கா
மகிழ்பவன் அவனா இவனா.

விடுபடல்

பார்க்கிற நீங்களோ
நானோ அறிந்து
விடமுடியாத அவன்
நெடு நேரம்
வீதிக்கு ஒரு பாதிப்பும் ஏற்படாமல்
பார்த்துக் கொண்டிருக்கிறான்
எதையும் யாரிடமும்
தரவு மில்லை
எதையும் யாரிடமும்
பெறவும் இல்லை
தருவதும் பெறுவதுமாகிவிட்ட
பித்தர்களை
ஒரு சித்தனைப் போலவே
பார்த்துக் களைத்தவன்
புலன்கள் அறிவுறுத்தியதாக இன்றி
பொறியால் உணர்ந்திருக்க வேண்டும்
அந்தரத்திலிருந்து
ஒரு கனியைப்
பறித்தெடுக்கிறான்
மெதுவாக
பாவனையில் உரித்தவன்
பாவனையாகவே உண்டு
முடிக்கிறான்
முகத்தில் ஒரு நிறைவு
மெல்ல சாய்ந்து
கண்மூடுகிறான்
கால் மேல் கால்
போட்டு இன்னொன்றில்
சஞ்சரிக்க
தொடங்கும் அவன்
விடுபட்டவனாகி
நாம் இருந்து கொண்டிருக்கிற
உலகையே நமக்கு
வேறொன்றாக மாற்றித் தருகிறான்.

ஏரிக்கரை அம்மன்

கோயிலுக்குள் நுழைந்தேன் என அறிந்ததும்
அம்மன் ஓடோடி வந்தவள் என்னைக் கடந்து சென்று
தன் பீடத்தில் அமர்கிறாள்
நீர்சொட்டும் விரிகூந்தல் கோலத்தோடு
அதுவரை ஏரி அவள் நீராடிய அந்தக் குளிர்ப் பொய்கை
அவளைத் தனக்குள் ஒரு மீனென அனுமதித்திருக்கவும்
அடரிருட்டு ஆழத்தில் அவள் கருத்த தேகம்
தீபமேற்றிய கருவறையென
அலைந்து கொண்டு இருந்திருக்கவும் கூடும்
கொண்டு சென்ற கற்பூரக் கட்டியை
ஆறாகப் பிட்டு அவள் முன் ஏற்றுகிறேன்
ஒளிர்ந்துயரும் அம்மனின் அம்மணக் கோலம்
உதய காலத் துயர்மலையென ஜொலிக்கிறது இப்பொழுது
சொட்டும் கருங்கூந்தல் அருவியெனக் கொட்ட
என் கால்களில் தூண்களில்
நீருயர்ந்து நிரம்பத் தொடங்குகிறது
கோயில் நிரம்ப நிரம்ப ஏரியாக விரிகிறது
வெளியேற பீடத்திலிருந்து கிளம்பும் அம்மன்
என் தலைக்குமேல் நீந்த
நிமிர்ந்த என் அதரங்களில்
அருள்முலைகள் பால் கசிய கடக்கின்றன
அத்தருணத்தில் அம்மனோ என் மனைவியெனத் தெரிய
நானோ என் குழந்தையென மாறி அவள் முலை பற்றிப்
பருகியவாறு உடன் நீந்திச் செல்கின்றேன்
ஏரியின் ஆழ்நீர்ப் பரப்பும் பால்போல் ஒளிர்ந்த அக்கணத்தில்
கோயில் அம்மன் ஏரி மீன் நான் சேய் தாய்
என்றெந்த பேதமும் அங்கில்லை
நானொரு குழந்தையாக குழந்தையே அம்மனாக
அம்மனொரு தாயாக தாயே கோயிலாக
கோயிலொரு ஏரியாக ஏரியே அம்மனாக
அம்மனொரு மீனாக மீனே நானாக
நானொரு ஏரியாக ஏரியே கோயிலாக
கோயிலொரு அம்மனாக அம்மனே நானாக
நீந்திக் கொண்டிருக்கிறேன்.

என்னைச் சுற்றும் ஏழு நிலவுகள்

முதல் நிலவை
எப்போதும் எறும்புகள் மொய்த்தவண்ணம் உள்ளன
இரண்டாவது நிலவு
குழந்தைகளால் மட்டுமே ரசிக்கக்கூடியது
மூன்றாவது நிலவு
போலீஸ்காரனின் துப்பாக்கிச் சூட்டுக்குக்
காத்திருக்கும் ஒரு போராளியின் இதயம்
நான்காவது நிலவு
எப்போதும் என்னை அழைத்துக் கொண்டேயிருக்கும்
வறண்ட மலையின் குன்று
ஐந்தாவது நிலவு
மதுக்கோப்பையாகத் தளும்பிக்கொண்டிருக்கிறது
ஆறாவது நிலவுக்குள்
சிவை உருவாகிக் கொண்டிருக்கிறாள்
ஏழாவது நிலவு
எனக்குப் பிடிபடாமல் நழுவிக்கொண்டிருக்கும்
ஒரு சொல்.

நானும் நாயும்

இருந்த எல்லோரும் அகன்றனர்
நாங்கள் தனியானோம்
நானும் ஒரு நாயும் இந்த ஏரிக்கரையில்
நாய் இங்கு எதற்காக வந்ததென்று எனக்குத் தெரியாது
நான் எதற்காக இங்கு வந்தேன் என்றே தெரியாதபோது
நாய் வந்ததைப் பற்றி
நான் எதற்காக யோசிக்க வேண்டும்
எல்லோரும் இங்கு இருந்தபோது
நான் ஒருவரிடமும் பேசவில்லை
நாயும்கூட பேசவில்லை என்றே நினைக்கிறேன்
ஏன் நானும் நாயும்கூட எதுவும் பேசிக்கொள்ளவில்லை
இப்போதுதான் சிலதை வாசித்து முடித்தேன்
சிலதை எழுதியும் முடித்தேன்
ஏன் என்று தெரியாமலேயே
அதோ ஏரி நீர்த்தாளில் புதிர் வரிகள் அலைகின்றன
காற்றே அதை எழுதுவதாய் அதில் என் வரிகளும்
எதிரும் புதிருமாய் அலைய வாசிப்பதுமாய் இருக்கிறது
நாய் திடீரென குரைக்கிறது பின் அமைதியாகிறது
இதுவரை எழுதப்பட்ட
எல்லா எழுத்துக்களும் கலைகின்றன
பின் புதிய வரிகள் புலப்படுகின்றன
புதிய சொற்களுடனும் பொருளுடனும்
நான் அதை வாசித்துவிட முயன்று கொண்டிருந்தேன்
சட்டென புரிந்து கொண்டேன் நாயும் என்னுடன் முயன்று
கொண்டிருப்பதை.

ஒரு மலையின் மாலை

நிச்சயம் நானறிவேன்
என் ஆயுளில் பாதியைக் கடந்துவிட்டேன்
ஆனால் நான் அறியேன்
இந்த உலகத்தின் ஆயுளில்
எக்கட்டத்தைக் கடந்து கொண்டிருக்கிறேனென
இன்று மாலை நான் கண்டேன்
ஒரு மலையின் மீது பல்லாயிரம் பறவைகள்
தாறுமாறாய்ப் பைத்தியம் பிடித்துப் பறப்பதை
இல்லை வெறும் மாலையில்லை கருக்கல் மாலை
சற்று நேரத்தில் எல்லாம் இருளில் மூழ்கப் போகிறது
ஆனாலும் நான் விடியற்காலையில்
மீண்டும் பிறந்து விடுவேன்
கேட்டை நட்சத்திரத்தில்
கோட்டை கட்டி வாழ்கிறவனாக
இத்துடன் சேர்த்தாலும் நூற்றுச் சொச்சம் கோட்டைகள்
அதிகம் அதிகம் போனால் நூற்றுச் சொச்சம் ஆண்டுகள்
எல்லாம் கடந்து போன
ஓர் அர்த்தமும் இல்லாத
ஒன்றினாலும் மறுபடியும் திரும்ப முடியாத
அடையாளமில்லாத ஆண்டுகள்
இதைத் துர்ப்பாக்கியம் மிக்க வரலாறாக
யாரும் கொண்டுவிடக்கூடாது
ஏனெனில் ஒரு மலையின் மாலை மீது
பல்லாயிரக்கணக்கான பறவைகள் பறந்துகொண்டிருக்கின்றன
அதுவும் பைத்தியம் பிடித்துத் தாறுமாறாய்
இன்னும் சற்று நேரத்தில்
எல்லாம் இருட்டில் மூழ்கப்போகிறது
அப்புறம் மாலையும் இருக்கப் போவதில்லை
மலையும் இருக்கப் போவதில்லை
தொடர்ந்து இருக்கப் போவது
என்றைக்குமான இருள் மட்டுமே
இனி நான் இருளாக மட்டுமே இருக்க விரும்புகிறேன்.

இடைவெளி

கடவுளுக்கும் கடவுள்களுக்கும் இடையேயான தூரம்
அழுகிய ஆப்பிளின் சுவைக்கும்
திருடனின் கள்ளச் சாவிக்குமான
இடைவெளியாக இருக்கிறது

ஏனெனில்
கடவுளுக்கும் மனிதனுக்குமான தூரம்
குறத்தியின் ஒப்பாரிக்கும்
கரும்புப் பூவின் வெண்ணிறத்திற்குமான
இடைவெளியில் இருக்கிறது

இருந்தும்
கடவுளுக்கும் விலங்குகளுக்குமான தூரம்
ரோஜா நிற எலிக்குஞ்சின் கனவுக்கும்
அருங்காட்சியகப் படிக்கட்டுக்கும்
இடையேயான வெளியாக இருக்கிறது

ஆகவே
கடவுளுக்கும் பறவைகளுக்குமான தூரம்
இரும்புக் கோபுரங்களுக்கும்
வயல்வெளியில் செத்த நண்டுக்குமான
இடைவெளிக்குள் இருக்கிறது

மேலும்
கடவுளுக்கும் தாவரங்களுக்குமான தூரம்
ரயிலின் கழிவறைச் சன்னலுக்கும்
முட்டாளின் மனசாட்சிக்கும்
இடையிலான வெளியாய் இருக்கிறது

அவ்வாறே
கடவுளுக்கும் பூச்சிகளுக்குமான தூரம்
மலைக்குகை ஓவியத்திற்கும்
நாட்டுச் சாராயப் பொட்டலத்துக்குமான
இடைவெளியாக இருக்கிறது

எனவே
கடவுளுக்கும் சாத்தான்களுக்கும் இடையேயான தூரம்
மறைந்துள்ள கடவுளுக்கும் மறையாத நமக்குமான
இடைவெளியாக விரிந்திருக்கிறது.

இறுதிப் பகல் தூக்கம்

வெயிலால் சூழப்பட்ட
தகிக்கும் வயல்வெளித் தனி வீட்டில்
மத்தியான நேரத்து வயோதிகர்களின்
பகல் தூக்கக் கனவுகள் நடமாட
கடந்த காலத்தையும் எதிர்காலத்தையும் பற்றிய
பயமும் அவநம்பிக்கையும் கொண்டதான
பாயில் வீழ்ந்திருக்கிறாய்
மலையொன்றில் ஏறியதிலிருந்து
இறங்குவது வரையான
அனுபவத்தின் அலைந்த காட்சி ஒன்று
அசைந்து மறைகிறது
சந்திப்புகள் எல்லாவற்றுக்கும் பின்பான
தனிமை கிளர்ந்தெழச் செய்யும்
பிரிவுகளின் உபாதைகள் விஷப்பூச்சிகளென மொய்க்க
அரைத் தூக்கத்தின் விழிப்பிம்சைகளில் புரள்கிறாய்
நேற்று தான் வந்த கடிதம்
அதிகம் பேசிய களைப்பில் உறங்குகிறது
வற்றி வறண்ட மறு எல்லையைக் காணவியலாத அகன்ற ஒற்றை ஏரியின்
அடிப்பாதையில்
தனித்துத் திரியும் ஒருவன் தன்
முன்னுணர்வற்ற பாதுகாப்பின் எல்லையிலிருந்து
விடுபட்டிருக்கவும்
எதையும் மையமிடாத ஒரு பேருந்து சுற்றுப்பயணத்தின்
குறிப்பிட முடியாத புள்ளியில்
சிதைந்து கிடக்கவும் கண்டு

நீர்நிலையொன்றைக் கடக்கத் தயாராகும் செம்மறிக்கூட்டத்தின்
முதல் ஆட்டுத் துள்ளலாக எழுந்து அமர்கிறாய்
அதோ உன் குடியிருப்பின் மீது தம் நிழலை மெல்ல
போர்த்திப் பின் இழுத்துச் சென்றுவிடும்
மேக நகர்வொன்று
வெம்மை தாங்கவொண்ணாத தனிப்பறவை
அலகு பிளந்து
விழித்திரை மூடித்திறந்து சிறகுகளைக் காலொடு தீற்றி
ஓய்ந்து அமர்த்திருக்கின்றது
மரத்தின் மெல்லிய கிளையொன்றில்
பேரோசை எழுப்பும் குரலினெருமையொன்று
வீட்டினுள் நுழைந்து
எறவானத்தின் வழி இறங்கிக் காணாமல் கரைகிறது
நடந்தது எதுவோ
எதுவும் நடக்கவில்லையோவெனத் திகைத்து
மீண்டும் சாய்கிறாய் கண்மூடுகிறாய்
பலகாலத்துக்கும் விழிக்க முடியாததான இமைப்பளுவில்
தூக்கத்தின் பாதாளத்தை நோக்கி
பிரக்ஞை தவற விழுகிறாய்
அங்குக் குளிர்ச்சியும் நிழலையும்
உனக்குத் தர காத்துக் கிடக்கும்
தற்கொலையுண்டவன் தன்
எல்லா குழப்பங்களையும் இறக்கி வைத்துவிட்ட ஆன்மா.

ஆமாம் எழுதிக் கொள்கிறேன்

மலையின் மீது வெயில் படர்ந்திருக்கிறது
ஆமாம் படர்ந்திருக்கிறேன்
நீருக்கு மேல் பறவை ஒன்று பறந்து செல்கிறது
ஆமாம் பறந்து செல்கிறேன்
மரத்தின் இலைகள் மெல்ல அசைகின்றன
ஆமாம் மெல்ல அசைகின்றேன்
தும்பி ஒன்று தனிமையில் அமர்ந்திருக்கிறது
ஆமாம் தனிமையில் அமர்ந்திருக்கிறேன்
தவளைகள் சேர்ந்து கத்துகின்றன
ஆமாம் சேர்ந்து கத்துகின்றேன்
மனிதர்கள் சென்றும் வந்தும் கொண்டிருக்கிறார்கள்
ஆமாம் சென்றும் வந்தும் கொண்டிருக்கிறேன்
பூமி வேகத்தில் சுழன்று கொண்டிருக்கிறது
ஆமாம் வேகத்தில் சுழன்று கொண்டிருக்கிறேன்
உயிரணு ஒன்று இரண்டாய்ப் பிரிகிறது
ஆமாம் இரண்டாய்ப் பிரிகிறேன்
மேகங்கள் சில உருமாறித் திரிகின்றன
ஆமாம் உருமாறித் திரிகின்றேன்
உலகத்தைச் சுற்றிக் காற்று சூழ்ந்திருக்கிறது
ஆமாம் சூழ்ந்திருக்கிறேன்
புணர்ச்சியின்பம் உலகத்தை மறக்கச் செய்கிறது
ஆமாம் உலகை மறக்கச் செய்கிறேன்
நிலவு வளர்ந்தும் தேய்ந்தும் அலைகின்றது
ஆமாம் வளர்ந்தும் தேய்ந்தும் அலைகின்றேன்
புதிதாய்ப் பிறந்த குழந்தை வீரிட்டு அழுகிறது
ஆமாம் வீரிட்டு அழுகிறேன்
கவிதை ஒன்று தன்னைத்தானே எழுதிக் கொள்கிறது
ஆமாம் என்னை நானே எழுதிக் கொள்கிறேன்.

இருத்தல்

அவள் சொல்லக்கூடும்
சாத்திய வீட்டுக்குள் பூட்டிய சைக்கிளாய்
நான் இருக்க விரும்பவில்லை
அவன் சொல்லக்கூடும்
சாத்திய வீட்டுக்குள் பூட்டிய சைக்கிளாய்
நான் இருக்க விரும்புகிறேன்.

உடனே உன்னிடம் வருவேன்

பனியால் மூழ்கி எழுங்கதிரின் கிரணங்கள் படர
தனித்துச் சுழல்கிறது
பயணத்தினூடாகப் பார்க்குமந்த மலை
நேற்றிரவு அதன் பக்கப் பாறையின்
கீழ்தான் சிரம் வைத்துத் துயின்றிருந்தேன்
ரண சிகிச்சைக்கான வடுக்கள் தாங்கியிருந்த அது
கணத்துக்கு கணம் பேருரு கொள்வதாகத் தெரிகிறது
ஏதேதோ அரவங்கள் கொசுக்களின் ரீங்காரம்
இம்சிக்கும் அவ்விரவில்
அதன் அருகாமை பேரமைதி தருகிறது
முத்த நிலவொளியில்
மலையின் கடினத் தன்மை மெல்ல தளர
நெகிழும் அது மிருதுவாக
உள்ளே ஏதோ உயிர்ச்சலனம்
கால்களோ கைகளோ தலையோ
முட்டி என்னை ஸ்பரிசிக்கும் சிலிர்ப்பு
உச்சச் சிகரத்திலிருந்து
கருணைமிக்க இரு கண்கள் எனை நோக்க
அங்கிருந்து நீளும் ஒரு கிளைக் கரம்
என்னை அரவணைக்கிறது
அது தன் கனிகளை நானுண்ணத் தருகிறது
ஒரே சமயம் உள்ளேயும் வெளியேயும்
இரு உயிர்களைப் பராமரிக்கும் சக்தியென நிற்கும்
ரகஸ்யத்தை அறிந்தவன் அருகிருக்க முடியுமா
இமைப்பு பல நடந்து முடிவதற்குள்
ஊற்றென கண் திறந்த வெடிப்பின் வலியில்
மலை மெல்ல முனக
பாறைக்குள்ளிருந்து பிறந்திருந்தது அந்தக் காலை
பிரிந்து வந்தேனெனினும் திரும்ப வேண்டியவனாகி
உடனே உன்னிடம் வருவேன்
என் தங்கத் தனி மலையே.

சந்திரகிரி

சூரியனுக்குக் கீழேயும்
பூமிக்கு மேலேயும் உள்ள
இந்த மலைக்கு மீண்டும் வந்து சேர்ந்தேன்
இம்முறை விடாய்த்துக் கிடக்கும்
பாறைகளின் தாகம் தீர்க்க
மழையை அழைத்துக் கொண்டு
வந்தவுடன் கண்டு கொண்டேன்
அங்கு என்னை
ஆடுகளை மேயவிட்டுக் காத்திருக்கும் கிழவனாக
உடனே
காய்ப்பும் அழுக்குமேறிய பாதங்களைத்
தொட்டுத் தொழுதேன் அழுதேன்
வைத்திருந்த பழஞ்சோற்றில் பாதி உண்டேன்
புகைத்திருந்த பீடியிலும் பாதியைப்
பகிர்ந்து கொண்டேன்
மழை பெய்து கடக்கும் வரை
சொல்லித் தீர்த்தேன் ரகசியங்களை
பின் உணர்ந்தேன்
மேயும் சினை ஆடுகளின்
வயிற்றுக்குள் என் சந்ததிகள் வளருவதை
இப்போது மழை சென்ற திசையில்
கிளம்பிச் சென்றேன்
ஆடுகளை என் பின்னே அழைத்துக் கொண்டு.

நனைக்க இயலாத மழை

வெட்ட வெளியில் வசித்திருந்த நரிக்குறவர் கூட்டம்
பேச்சும் பாட்டும் நடனமுமாடிக்
கொண்டாடிக் கொண்டிருந்தது அத்தினத்தை
உலகத்தின் ஆரம்ப மொழிகளில் ஒன்றாய்
இருக்க வேண்டிய அவர்களது பேச்சு
இன்னும் ஆதிநிலை அடைகிறது
கிழவனின் போதையில்
அவர் பகிர்ந்த நாட்டுச் சாராயம்
குறக்கிழவி ஒருத்தியாகி
எக்காளமாய் நீட்டி உரத்துப் பாடுகிறது
கடவுள் உலகத்துக்கே சமைக்க மூட்டிய அடுப்பருகே
குட்டிக்கரணம் போட்டுத் துள்ளும்
அம்மணக் குழைந்தைக்கு நடுவே
எங்கோ ஒலிக்கும் பாட்டொன்றுக்கு
நடனமாடுகிறாள் சிறுமி ஒருத்தி
அவள் சுழற்சியில் பூமி ஒரு கணம் ஸ்தம்பிக்கிறது
சருகுகள் உருண்டோடி திரள்கிற கருமேகம்
வானின் மாலையைக் கருக்குகிறது
உடன் பெருக்கிறது அடர் மழை
யாரும் கலைந்தோடா அப்பொழுதில்
சிறுமியின் நடனமாய்
தொடரத் தொடர்ந்துப் பின் ஓய்ந்து
நிற்கிறது மழை
இருந்தும் அங்கு
எரிந்திருக்கும் அடுப்பு அணைந்திருக்கவில்லை
அவர்களில் ஒருவரும் நனைந்திருக்கவில்லை.

ஏழு பெட்டி ரயில்

போற்றத் தகுந்த இந்த வாழ்க்கை
போற்றத் தகுந்த சில தோல்விகளையும்
பரிசளித்துக் கொண்டிருக்கிறது
பாலத்தின் மீது ஓடிக் கொண்டிருக்கும் ரயில்
வானில் செங்குத்தாகப்
பாயத் தொடங்கி விட்டதைப் போல
ஒருவனின் மனநிலை பிறழ்ந்த புனைவுச் சுதந்திரம்
ஆபத்தை உருவாக்குவதில்லை
எனில் மிரள்கிறீர்கள்
ஏன் அழிக்கத் துணிகிறீர்கள்
ஏழு பெட்டி ரயிலொன்றைப்
பாலத்தின் மீது அவன் புனைய
அவசரமில்லாமல் மெதுவாக நகர்கிறது
முதலில் ஏழு வண்ணங்களை
ஒவ்வொரு பெட்டிக்கும் பூசுகிறான்
பின் ஒவ்வொரு பெட்டியிலும்
வெவ்வேறு தினங்களை நிலவ விடுகிறான்
பெருகும் வெளி ஓசையை
ஏழு ஸ்வர இசையெனப் பிரித்து
உள்ளே பரப்புகிறான்
ஓடிக் கொண்டிருக்கும் அந்த ரயில்
பார்த்துக் கொண்டிருக்கும் உனக்குள் நுழைந்து
ஏழு மலை
ஏழு கடல் கடந்து
ஏழ் பிறவிக்குப் பின்
எனக்குள் வந்து நிற்கிறது.

அவனதன் காமம்

காதலியுடனான பயணத்தின்போது
பேருந்து சன்னலின் வழி தெரிந்த மலையின் விளிம்பில்
குமிழ்போல் குவிந்திருந்த குன்றொன்றைக் காட்டி
அதுவுன் முலையொத்தது எனக் கூறியபோது
அவள் வெட்கப்பட்டாள்
பிரிந்து திரும்புகையில் மலை
அவனை அழைத்த அழைப்பில்
ஒரு வசீகரமிருந்தது
தோதுபட்ட இடத்தில் இறங்கிவிட்ட அவன்
மலையை நோக்கிப் பயணமாகும் ஒரு மிருகம் ஆனான்
நிர்வாண மலையின் பிரம்மாண்டத் தனிமை
அது விரித்த காமத்தின் கண்ணியில்
மிருகமிப்போது சிக்கிக்கொண்டது
மிருகத்தின் கால்களுக்கு
இனியெதற்கு ஒரு மானுடனின் காலணி
விட்டெறிந்த கையோடு வெறுங்காலை எடுத்து வைத்த
முதற்பாறை தன் கடினத்தை விட்டிருந்தது
அடிமேல் அடிவைத்து அது கடந்த பாறையெல்லாம்
உயிரினத்தின் சருமம்போல் மிருதுவாகி வந்தது
உச்சிப்போய் உயர்ந்து நின்ற மிருகம் மூச்சு வாங்க
மலையே ஒரு பெட்டை மிருகமென தன் கீழ்ப்பணிய
புணரத் தொடங்கியது முடிவில்லாமல்
முடிந்தாலும் நம்மால்
புணர முடியாதது மலை
உணர முடியாதது அவன் அதன் காமம்.

திரவ மலை

விசித்திரமான இரவொன்றின்
நள்ளிரவை நெருங்கும் நேரத்தில்
மதுக்கடையிலிருந்து
வெளிவந்த அவர்கள் கண்டனர்
அதன் பின்னணியில்
நீரால் ஆன ஒரு மலையில்
நெருப்புப் பாறைகள் மிதந்து கொண்டிருந்தன

இந்நீர்ம நிலையிலான மலை
தன்னை நாடுவோரை சும்மா விடுவதில்லை
அலையென அசைந்தவாறிருக்கும் தன் நாவால்
சுழித்து இழுத்து வளரத் தொடங்கி
தனிமையான மலையாகச் சிருஷ்டிப் பெற்று எழுந்து
தன் முடிவின்மையான உச்சிக்கு அழைத்துச் செல்கிறது
மதுவையும் கோப்பையையும் முன் வைக்க
மாய ரூபத்தை வெளிப்படுத்து மது
பல்வேறு காலங்களை அலைந்து பிரதிபலிக்கும்
கூழ்மக் கண்ணாடியெனத் திகழ்கிறது
இணையாக அமர்த்து அதை அருந்தும் இருவர்
ஒரே மலையின் இருவேறு சிகரங்களுக்கிடையே
மிதந்து திளைக்கிறார்கள்
ஒவ்வொரு அனுபவத்திலும் மாறுபட்டுக்கொண்டே இருக்கும்
முகடுகளையுடைய
இம்மலையேறும் எவரும்
மூச்சு வாங்கித் திணறுவதில்லை
மாறாக சாந்தமாக மிகச் சாந்தமாக
உச்சம் நோக்கி விரைகிறார்கள்
வெறுமை கொண்டோர் உற்சாகமாக உலவ
இதன் உச்சியில் பரந்த மைதானங்கள் உண்டு
களைத்தோர் நீந்தித் திளைக்க தடாகங்களுண்டு
பரிச்சயமில்லாத எவரையும் இதுதன்
பூடகத் தோற்றத்தால் பயமுட்டுகிறது எனினும்
இதன் மூடுபடாத குகைகளில் இருளில்லை
ஆபத்தான மிருகங்களில்லை
திரும்புவது குறித்த பிரக்ஞையே
அளிக்காத இம்மலையிலிருந்து
திரும்புவோர் எவரும் கீழ் இறங்கி வருவதில்லை
மாறாக மலையே கரைந்து தரையிறங்கச் செய்கிறது.

அசைக்காதே

ஒரு தாய் தன் கணவனுக்குக்
கடிதம் எழுதிக்கொண்டிருக்கிறாள்
அருகில் அவர்களின் குழந்தை
சின்னஞ்சிறியது இன்னும்
நிற்கவோ நடக்கவோ தெரியாதது
ஆனால் நான்கு கால்களில்
வீடு முழுவதையும் சுற்றித் திரிவது
படிக்கட்டுகளில் ஏறிவிட்ட பின்
இறங்கமுடியாமல் தவிப்பது
கையில் கிடைக்கும் பொருளையெல்லாம்
வாயிலிட்டுக் கொள்வது
விளையாடத் தரும் பொம்மைகளை
வேகமாகப் பழசாக்கிவிடுவது
எடுத்து அடிப்பது
போட்டு உடைப்பது
தூக்கி வீசுவது
சத்தமிட்டுக் கத்துவது
புத்தகங்களைக் கிழிப்பது
அம்மா எழுதும் மஞ்சள் நிறத் தாள்
அதன் கண்களைக் கவர்கிறது
நெருங்கி வந்து இழுக்கிறது
அசைக்காதே
இன்னொரு உலகத்திலிருந்தே
குழந்தையை எச்சரிக்கிறாள்
குழந்தை அறியாத இன்னொரு உலகம் அது
ஆனால் மீண்டும் குழந்தை இழுக்கிறது
அவள் மடிக்குத் தாவுகிறது
குழந்தையைக் கீழே இழுத்துவிட்டுக்
கடிதத்தில் மூழ்குகிறாள் தாய்
குழந்தை விம்முகிறது
சற்று மௌனம் காக்கிறது
படிக்கட்டுகளில் ஏறிப் பின் இறங்குகிறது
எழுந்து நிற்கிறது
வெளியில் போகத் துடிக்கிறது
பின் நடக்கிறது
அதற்குத் தெரிந்துவிட்ட
அந்த இன்னொரு உலகை நோக்கி
அங்குதான் சிறுவனின் அப்பா
அவனுக்காகக் காத்துக்கொண்டு நிற்கிறார்.

தன்னைத்தானே விழுங்கிய குழந்தை

காண்பதையெல்லாம் எடுத்து
வாயிலிட்டுக்கொள்ளும் குழந்தை ஒன்று
ஒருநாள் பால் அருந்தும் சாக்கில்
தன் தாயையே விழுங்கிவிட்டது
குழந்தையின் வயிற்றில்
தனிமையை உணர்ந்த தாய்
தன் கணவனின் அருகாமையை விரும்பினாள்
உணர்ந்து கொண்ட குழந்தை
முத்தமிடும் சாக்கில்
இம்முறை தந்தையையும் விழுங்கியது
குழந்தையின் வயிற்றுக்குள்
இணைந்திருந்த தம்பதியர்
குழந்தையின் தனிமைக்காக வருந்தினர்
இதையும் அறிந்து கொண்ட குழந்தை
உடனே தன்னைத்தானே விழுங்கிக் கொண்டது
இப்போது அந்தக் குடும்பம்
குழந்தையின் வயிற்றுக்குள் சுபிட்சமாய் இருக்கிறது.

மனப்பாடம் செய்யவியலாத மாணவன்

அதே மணியோசை
அதே இசைநாதம்
பள்ளி தொடங்கிவிட்டது என்றும்போல
அம்மாக்களுடனும் தனியாகவும்
குழந்தைகள் மிரண்டும் விரைந்தும் செல்கின்றனர்
கண்ணீர் பயம் துயரம் நரகம்
மணியோசையும் இசைநாதமும் நிறுத்தப்பட்டன
வகுப்புகள் தொடங்கின
வசைகளுடனும் வதைகளுடனும்
எங்கெங்கோ வகுப்பறைகளில்
மனப்பாடம் செய்ய இயலாத மாணவர்கள்
ஆண்டுதோறும் அரக்கனைப்போல் வந்து
விழுங்கித் துப்பிய தேர்வுகள்
எல்லா காயங்களுடனும்
காலம் நிதானமாகவும் வேகமாகவும் கடந்திருக்கிறது
தான் அதிக கிலியுடன்
அவர்களின் வருகையை நோக்கியிருக்கிறான்
பேச்சொலி சடாரென அமைதியாகிறது
உலகமே சடாரென அமைதியானதாகிறது
கேள்விகள் கேள்விகள்
மனப்பாடம் செய்யாத விஷயங்கள் பதிலாகின்றன
வந்தவர்கள் திருப்தி அடைந்துவிட்டார்கள்
முனைவர் பட்டமும் வழங்கப்பட்டுவிட்டது.

பூனைத் தலையுள்ள குழந்தை

இன்று மதியம் ஒரு நோயாளியைப் போன்று
அவஸ்தையும் சோர்வும் மிக்க
நீண்ட தூக்கம் தூங்கினேன்
சுவர் கடிகாரம் ஓய்ந்து போனதற்கு வெயில் அதிகமென
பிரத்யேக காரணம் யாதொன்றும் இல்லை
ஆனால் பின் மண்டையில்
புறக்கணிக்க முடியாத சூரியன் மட்டும்
மூளைக்கு அருகாமையில் உஷ்ணத்துடன் காய்கிறது
தூக்கத்திலும் விழிப்பிலுமாக ஒருசேரத் தவழும்
குழந்தை உடல் கொண்ட பூனை
எந்த ஒரு நினைவும் குறிப்பிடும்படி இல்லை
ஒரு செடி மட்டுமே நுனி கருக
துயரத்துடன் நிற்கிறது
அதன் மெலிதான அழுகை ஒலி
பின் இடி முழக்கம் போன்ற பேரோசையும் அதிர்வும்
சற்று நேரத்தில் மழை
அல்லது வரவிருக்கும் அதன் ஓசை
இவற்றையெல்லாம் ஒருசேரக் கவனிக்கும்
பூனையின் தலையில் என் காதுள்ள இடத்தில்
நிமிர்ந்திருக்கும் இரு இலைகள்.

புகைப்பவர்கள்

என்ன உலகம் இது
என்ன மனிதர்கள் இவர்கள்
நான் பாறையின் மீது
படுத்தவாறு புகைத்துக்கொண்டிருந்தேன்
அவ்வழியில் வந்த ஒருவன்
புகைக்க சிகரெட் ஒன்று கிடைக்குமா என்றான்
இல்லை எனவே இல்லை என்றேன்
அவனோ சற்றும் எதிர்பாராத சந்தர்ப்பத்தில்
என்னையே எடுத்து வாயில் வைத்து
கொளுத்தி புகைத்தவாறு நடக்கிறான்
நீங்கள் நம்பமாட்டீர்கள்
தீக்குச்சியையும் பெட்டியையும்
நான்தான் தரவேண்டியிருந்தது.

மேகங்களில் நடைபயில்பவன்

மேகங்களில் நடைபயிலும் ஒருவனை
நான் இன்று கண்டேன்
அது எனக்கு மட்டுமே பார்க்க
வாய்த்த அற்புதமாக இருக்கலாம்
அப்படி மேகங்களில் நடைபயிலும் அந்த ஒருவன் யாரோ
முதலில் நான் நிச்சயமாகச் சொல்வேன்
அவன் பைத்தியம் பிடித்த கடவுள் இல்லையென்று
வானத்தில் வளரும் அபூர்வ மூலிகைகளை
சேகரிக்கும் சித்தனாகவும் இருக்க வாய்ப்பில்லை
ஊரார்க்குப் பயந்து மறைந்து திரியும்
கள்வனாகக் கூட அவன் இருக்க முடியாது
மருத்துவனுக்கோ நீதிபதிக்கோ பேராசிரியனுக்கோ
ராணுவ அதிகாரிக்கோ கணிப்பொறி வல்லுநனுக்கோ
ஆட்சித் தலைவனுக்கோ காவல்துறை ஊழியனுக்கோ
வானில் என்ன வேலை இருக்கப்போகிறது
மனிதர்களில்லாத இடத்தை மத குருக்களும்
அரசியல்வாதிகளும் ஏன் தேர்ந்தெடுக்கப் போகிறார்கள்
நடிகர்களுக்கு அங்கு யார்
கோடிகளைக் கொட்டித் தருவர்
வேலை இல்லாமல் விரக்தியுற்றுத் திரிபவனுக்கு
அங்கு மேலும் விரக்திதானே கூடச் செய்யும்
விமானத்திலிருந்து விழுந்தவனாயினும்
மேகங்களில் நடக்கின்ற சாத்தியமில்லையே
தரையில் கால்பாவாத கவிஞனாயினும்
வானில் உலவுவது விந்தைதானே
அப்படியெனில் யார்தான் அவன்
ஏன் அவன்
மேகங்களில் நடைபயிலும் ஒருவனாக இருக்கக்கூடாது.

வெயிலுக்கும் ஒரு வாழ்விருக்கிறது

நான் சந்தோஷப்பட்டுக் கொள்ளவே செய்கிறேன்
என்னைப் போன்றே இந்த வெயிலுக்கும்
அதைச் சுமந்து அலையும்
இந்தக் காற்றுக்கும் ஒரு வாழ்விருக்கிறது
ஒரு புத்தகத்தைப் போலவே
மலையிலிருந்து கொண்டு வந்த வரையறையில்லா
இந்தச் சிறு கல்லுக்கும் கூட
நான் அழுகிறேன்
இந்த நவநாகரீகமான வாழ்வை அணிந்து
திரியும் மனிதர்களுக்காக
ஒரு சில்லரையைத் தன் மலத்தில்கூட வெளியேற்றாதவன்
ரூபாய் தாள்களைக் கழுதையைப் போலத்
தின்று திரிவதற்காக
கடந்து செல்லும் அநேக முகங்களில்
ஒன்றின் சாயலில் துயரம் வழிகிறது
மற்றெல்லாம் போலிப் புன்னகைகள்
புத்தகங்களைக் கடந்து வந்தவன்
நான் சபிக்கவே மாட்டேன்
ஏனெனில் நான் அறிந்து கொண்டுவிட்டேன்
நான் கொண்டு வந்துவிட்ட சிறு கல்லிற்காக
பாறைகள் சில தேம்பிக் கொண்டிருப்பதை
மலையும் துக்கத்தில் மௌனித்துக் கிடப்பதை அவற்றின் துயரம் எனக்குத்
தெம்பளிக்கிறது
ஆகவே நான்
சந்தோஷப்பட்டுக் கொள்ளவே செய்கிறேன்.

பறவை மனிதன்

நான் நடந்து செல்ல நேரும்போது
என் ஒவ்வோர் அடியும்
யாருடைய தலையின்மீதோ வைத்து
நடந்து போவதாகத் தோன்றுகிறது
இனிமேல் பறந்து மட்டுமே செல்வேன்
என்றான் பறவை மனிதன்.

மிதந்து வந்த முலைகள்

இளம்பெண்ணின் மார்பளவு உயரத்தில் அந்தரத்தில்
இரு முலைகள் மிதந்து வந்தன
கணந்தோறும் மாறியபடி மிதந்தன அவை
உலகத்தில் தோன்றிய தோன்றுகின்ற தோன்றும்
எல்லா வித முலைகளின்
வடிவெடுத்துக்கொண்டிருந்தன
முலை வளராப் பெண்ணொருத்தி
காழ்ப்புடன் காண அவை மறைந்தன
மூதாட்டி இளம்பருவ நினைவில் தொட
சுருங்கிப்போயின
சிறுமிகளுக்கோ கனவு போல காட்சியளிக்கிறது
பின் தொடர்ந்த வக்கரித்த
இளைஞர் கூட்டத்தில் ஒருவன் சீண்ட
பலூனாய் வெடித்துச் சிதற
திருநங்கை ஒருத்தி காண
மயிர் முளைத்தடர்ந்து வசீகரிக்கும்
பழக்க வேட்கையில் பற்றி நான் உறிஞ்ச
ரத்தமாய்க் கரித்துக் குமட்டியது
எதிர் வந்த அன்றீன்ற கன்றொன்று
தாவிப் பருக அதன் தாடைப் புறங்களில்
வழிகிறது தாயின் பால்.

கடவுளின் தூளி

அம்மாவும் அப்பாவும் குழந்தையுமான
ஒரு குடும்பத்தை
விபத்து நடத்திக் கொன்றாள் கடவுள்
அம்மா நல்லவளாகையால் வலப்புறமிருந்த
சொர்க்கத்துக்கு அனுப்பி வைத்தாள்
அப்பா கெட்டவன் எனச் சொல்லி
இடப்புற நரகத்தில் தள்ளி விட்டாள்
நல்லதா கெட்டதா எனத் தெரியாமல்
குழந்தையைத் தன்னுடனே வைத்துக் கொண்டாள்
தாய் தந்தையில்லாத ஏக்கத்தில்
அழத் தொடங்கிய குழந்தை நிறுத்தவே இல்லை
முகிலைத் துகிலாக்கி மின்னலைக் கயிறாக்கிப் பிணைத்து
வெட்ட வெளியில் தூளி ஒன்றைக் கட்டிய கடவுள்
குழந்தையை அதிலிட்டுத் தால் ஆட்டத் தொடங்கினாள்
சொர்க்கத்தும் நரகத்துக்குமிடையே அசைந்தது தூளி
வலப்புறம் அம்மாவையும்
இடப்புறம் அப்பாவையும்
காணத் தொடங்கிய குழந்தை
அழுகையை நிறுத்திக்கொண்டது
அப்பாடா என ஓய்ந்தாள் கடவுள்
குழந்தையோ மீண்டும் வீரிடத் தொடங்கியது
பாவம் கடவுள் குழந்தையை
நல்லதாக்குவதா
கெட்டதாக்குவதா
என்பதேயே மறந்துவிட்டுத்
தூளியை ஆட்டத் தொடங்கி
ஆட்டிக் கொண்டே இருக்கிறாள்.

கனவு மலை

நின்று நின்று சலித்த மலை
ஒரு நாள் அமர்ந்து கொண்டது
அமர்ந்து அமர்ந்து சலித்த மலை
ஒரு நாள் படுத்துக்கொண்டது
படுத்துப் படுத்துச் சலித்த மலை
ஒரு நாள் தூங்கத் தொடங்கியது
தூங்கித் தூங்கி சலித்த மலை
ஒரு நாள் கனவு காணத் தொடங்கியது
கனவில்
நீண்ட நாளாய்ப் பார்த்து ஏங்கிய தூரத்துப் பெண்மலை
தன் அருகே வரக் காதல் கொண்டது
காதல் கொண்ட இரவில் தான் ஒரு செடியில்
சின்னஞ்சிறுப் பூவாய் மலர்ந்திருக்கக் கண்டது
மழை நாளொன்றில் நனைந்துறங்கிய கனவில்
கடலுக்கடியில் தான் ஒரு மீன்குஞ்செென நீந்தக் கண்டது
வெயில் நாளொன்றில் வறண்டுறங்கிய கனவில்
புதர்ச்செடியில் தானொரு ஓணானாய்
உட்கார்ந்திருக்கக் கண்டது
பதின் வயது தேவதையாய் ஒரு மேகம்
தன் மீது நிழலைப் போர்த்திச் சென்ற இரவு
அவள் மார்பில் முலையென
வளர்ந்து கொண்டிருப்பதாய் கனவு கண்டது
நேற்றிரவு கனவில் தான் வெடித்துச் சிதறி
ஒரு குருதி நதியாய்
பெருக்கெடுப்பதாய்க் கண்டு விழிக்க முயன்ற அது
பாதி உறக்கத்தில் அது ஒரு கனவே என
உணர்ந்துகொண்டதும்
புரண்டு படுத்து மீண்டும் உறங்கத் தொடங்கியது.

பள்ளி

தன் மனைவியின் கருவறையிலிருந்து குழந்தை
வெளிவர மறுக்கிறதாம்
வீட்டுப் பெரியவர்கள் கெஞ்சியும்
மருத்துவர்கள் மிரட்டியும் கூட
அதன் பிடிவாதம் சற்றும் குறையவில்லையாம்
அவன் மிகவும் திகிலடைந்திருக்கிறான்
இன்னும் மூன்று ஆண்டுகளில் கருவறையின் உள்ளேயே
ஒரு பள்ளியை எப்படிக் கட்டி முடிப்பதென்று.

நகரத்துக்கடியில் புதையுண்ட ஏரி

ஓர் ஒப்பாரியைப் போல்
இந்தக் கவிதை தொனித்துவிடக்கூடாது
ஏனெனில் ஓர் ஏரி ஒருபோதும் அதை விரும்புவதில்லை
அது மரித்து நாளாகிவிட்ட தெனினும்
வேனிற்கால வெடிப்புகளில் பாய்ந்து உறங்கி
இன்று காயமுற்றுக் குரோதமடைந்த சூரிய ஒளி
இந்தக் கைப்பிடிச் சுவரின் மேல்
தள்ளாடுகிறதைப் பாருங்கள்
பெட்ரோல் பங்கிலிருந்து கிளம்பும் வாகனத்தை
ஏர்மாடுகள் ஒரு நாளும் வழிமறிக்கப் போவதில்லை
ஏனெனில்
நோஞ்சான் விவசாயி இத்தகைய எதிர்காலத்தைப் பற்றி
கற்பனை கண்டிருக்கவே முடியாது
சிமெண்ட் சாலை விளிம்புகளில் குடியேறிய
மக்களின் பொந்துகளில்
நண்டுகளின் ஆன்மாக்கள் பிராண்டுகின்றன
பின் திகைக்கின்றன
அருகே பாதாளச் சாக்கடையில் முடங்கிக் கிடக்கும்
மதகு நீர்ச் சலசலப்பின் ஓசை
ஒருபோதும் அவற்றுக்குக் கேட்பதாயில்லை
எண்ணற்ற பறவைகள் அலைந்து கொண்டிருக்கின்றன
அந்த உன்னி புதர்ச் செடிகளுக்கும்
இந்தக் குரோட்டன்களுக்குமிடையே
அகாலத்தில் இல்லம் திரும்பும் ஒற்றை ஆளை
இந்நகரை நினைவில் கொண்டுள்ள அந்நாளைய
கிராமத்துக் குடிமகனின் கடைசி ஆவி
இடைமறித்து மிரட்டுகிறது
இந் நள்ளிரவில்
இதோ அந்த இரட்டை நட்சத்திரங்கள்
நினைவு கூர்கின்றன
அந்நாளின் இருண்ட ஏரி நீரின் மேல்
தாம் மிக அழகாகப் பிரதிபலிக்கப்பட்டதை.

சொல்வீரா

ஒரு மாநகரத்துக்கும் இன்னொன்றுக்குமிடையே
குளிரூட்டிய ரயில் பெட்டியில் பயணிக்கும்
முதல்வகுப்புக் கனவான்களே
ஒருபோதும் உங்கள் பாதங்கள் பாவாத
வறண்ட கரம்புகள்
அனல் வீசும் தாவரங்களற்ற சிறு குன்றுகள்
வயோதிக இடையனை
அலைய விடும் ஆட்டு மந்தைகள்
சாபம் பெற்ற பாழடைந்த கிராமங்கள்
வதங்கிய கரும்புப் பயிர்கள்
குருத்துச் சாய்ந்த தென்னங்கன்றுகள்
கருகிக் காய்ந்த நெல் வயல்கள்
வெடிப்புகளோடு கானல்வீசும் ஏரிகள் முள் புதர்கள்
தலையில் சுள்ளிச் சுமையோடு
அம்மணக் குழந்தையை இடுப்பில் கொண்டு செல்லும்
மெலிந்த பெண்கள்
கோவணத்தோடு மரத்தடியில் எதற்கோ காத்திருக்கும்
தரித்திர விவசாயிகள்
காய்ந்த சருகுகளை மென்று கடக்கும் கால்நடைகள்
ஒற்றைப் பறவைகள் அமர்ந்திருக்கும் பட்டமரக்கிளைகள்
ஆளரவமற்ற சிறுதெய்வ வழிபாட்டுத் தளங்கள்
இவையெல்லாம் என்ன எவருடையவை
இங்கெல்லாம் நிகழ்ந்து கொண்டிருக்கும்
உயிர்க் கூட்டத்துக்கும் உமக்கும் ஏதுதான் உறவு
கண்ணாடி ஜன்னலில்
எரிச்சலோடு முகம் திருப்புகிறவரே
சொல்வீரா.

பன்றி பாராட்டல்

ஒரு பன்றியைச் சந்திக்க வேண்டிய
நிர்ப்பந்தம் உண்டானது
அது என்னிடம் சொன்னது
நீ ஐந்து கிலோ எடை கூடியிருக்கிறாய்
பிறகு கேட்டது
நீ என்ன சாப்பிடுகிறாய் எப்படிச் சாப்பிடுகிறாய்
நான் சொல்லக் கட்டாயப்படுத்தப்பட்டேன்
அதனால் சொன்னேன்
மனிதர்களைப் போல உழைக்கிறேன்
மனிதர்களைப் போலவே உண்கிறேன்
பின் பன்றியிடம் நான் எதையும் கேட்கவில்லை
ஏனெனில் அது உன் உழைப்பை உறிஞ்சுவதையும்
என் கழிவைத் தின்பதையும்
கூறவே போவதில்லை என்பதனால்
ஆனாலும் நான் பன்றிகளைப் பாராட்டவே செய்கிறேன்
அவை அரசாங்கத்தின் சுமையைக் குறைக்கின்றன
நாட்டின் பொருளாதாரத்தை மேம்படுத்துகின்றன
எல்லாவற்றுக்கும் மேலாக
சாக்கடைகளை அதிகம் நேசிக்கின்றன.

மலையின் வருகை

ஒரு கட்டடத்திற்குள் நுழையும்போதே
மலைமீது ஏறுவதை இழந்துகொண்டிருக்கிறேன்
மலைமீது ஏறுவதன் மூலம்
கட்டடத்தின் சிறை இருப்பை மறுதலிப்பேன்
அதோ மலையிலிருந்து ஒரு பெரும்பாறை
உருண்டோடி வருகிறது
ஒரு மலரையும் நசுக்க இயலாத
ஒரு உயிரையும் பறிக்கத் தெரியாத
ஒரு பருவத்தையும் குலைக்க விரும்பாத
ஒரு காலத்திலும் இருக்க முடியாத
அந்தப் பாறை திடுக்கிட்டு நிற்கிறது
அதிகாரத்தின் ஆண்குறி
என் ஆன்மாவுக்குள் திணிக்கப்படுவதைக் கண்டு.

ஒரு ?

ரயிலில் பூ விற்க சரங்களுடன் ஏறுகிற பெண்ணை
அதிகாரி வழிமறித்து வசை பொழிகிறான்
இவள் முகத்தில் எதையெதையோ ஞாபகமூட்டும்
கெஞ்சல் உடன் கலங்கும் கண்கள்
கடிவாளமணிந்த அதிகாரம் டிக்கட் கேட்டு
வயிற்றுப் பிழைப்பின் வயிற்றில் அடிக்கிறது
இயலாமையின் கேவல் ஆத்திரமாய் வெடிக்கிறது
அதனால்தான் என்ன
அதிகாரி கூடையைப் பறிக்க
அழகாய்ச் சுற்றப்பட்ட மல்லிகைச் சரங்கள்
தாறுமாறாய் நழுவி உலோகத் தரையில் விழுகிறது
இந்தக் கணத்தில் ரயிலே அதிர்கிறது பின் நகர்கிறது
காலிக் கூடையை வெளியில் வீசுகிறார்
அவளைத் தூக்கி வெளியில் வீச முடியாத ஆத்திரத்தில்
கண்ணீருடன் சபித்தவாறே
அலங்கோலமாய்க் கிடந்தவற்றை
அள்ளிக் கொண்டிறங்கவும் ரயில் வேகமெடுக்கிறது
அலுப்பான பிரயாணத்தில் ஆர்வமூட்டும்
ரசமான சம்பவத்தைப்
பயணிகள் இலவசமாய் பெற்றுக்கொள்கின்றனர்
எனக்கு ஒரே ஒரு கேள்வி
மதிப்பிற்குரிய அதிகாரியே உம்மிடமில்லை
கண்ணீர் சிந்தும் பெண்ணே உன்னிடமில்லை
வேடிக்கை ரசித்த பயணிகளே உங்களிடமுமில்லை
இங்கு ரயிலில் உன் அம்மா அவமானப்படுவதை
அறிகிறாயா நீ மகனே?

பணியிடம்

ஆயுள் நிரம்பிட
உடல் சிறுத்துக் கூன்குறுகி மண்தொட
பார்வையும் கெட்டணையும் வயதில்
பாட்டிக்கு என் பணியிடத்தைக் காணும் ஆவல்
கடைசி விருப்பமென மதித்து
பணியிட வாயிலுக்கு இட்டுச் சென்றேன்
உள்ளே வர மறுத்தது
இங்கேயே காத்திரு ஆபத்து வந்தால் எதிர்க்காதே
பணிந்து விடு எனச் சொன்னேன்
ஓரமாய்ப் போய் அமர்ந்து கொண்டது
மாலை பணி முடித்துத் திரும்புகையில்
செத்துக் கிடந்தது
தோள்மீது சுமந்து இல்லம் திரும்பினேன்
அன்றிலிருந்து தினம் தினம் திரும்புகையில்
பாட்டியின் பிணத்துடன் தான்
திரும்புவதாய் இருக்கிறது.

நீயும் நீயெனும் நானும்

நீ பலமுறை காவல்நிலையத்திற்கு
அழைத்துச் செல்லப்பட்டிருக்கிறாய்
ஆனால் நான் இன்னும் சிறையில்
அடைக்கப்படவேயில்லை
பலவிதங்களில் பலரிடமும் நீ பிச்சை எடுத்திருக்கிறாய்
ஆனால் எந்தக் கோயில் வாசலிலும் நான் கையேந்தியதில்லை
அவ்வப்போது தற்கொலை முயற்சிகள் செய்ததுண்டு நீ
ஆனால் இன்னும் உயிருடன் தான்
இருந்து கொண்டிருக்கிறேன் நான்
நீ வீட்டை விட்டுப் பலமுறை வெளியேறி திரும்பியதுண்டு
ஆனால் இன்னும் முழுமையாக
வீட்டைத் துறந்திடவில்லை நான்
ஆடையின்றி அம்மணமாய் பலநேரம் இருந்ததுண்டு நீ
நான் இன்னும் நிரந்தர நிர்வாணியாக மாறிடவில்லை
நீ அவ்வப்போது இங்கிருந்து வெளியேறுகிறாய்
நான் இந்த மனநோய் விடுதியிலேயே
வாழ்ந்து கொண்டிருக்கிறேன்.

வள்ளலார் தெரு

எல்லாக் காலைகளையும் போன்ற இக்காலையிலும்
வள்ளலார் தெருவுக்குள் குப்பை வண்டி நுழைகிறது
மணியோசை எழுப்பியவாறு
வண்டியில் தொங்கிய மணி கோயிலில் தொங்கும்
அதே மணி
வண்டியில் எழும் ஓசை கோயிலில் எழும்
அதே மணி ஓசை
கிழக்கை நோக்கி அமர்ந்து
அமெரிக்காவின் அட்டூழியங்களை
செய்தித்தாளில் வாசிக்கும்
மீசையற்ற நரைதாடி முதியவரை
மணியோசை கடக்கிறது
கண்ணாடியைக் கழற்றிய முதியவர்
மௌனமாகக் கவனிக்கிறார்
நுனி விரல்களில் குப்பைக் கூடைகளில்
கொண்டு வரப்படும் பாலிதீன் பொட்டலங்கள்
முகச்சுழிப்போடு கொட்டப்படுகின்றன
ஒரு தேவனைப் போல் முகவமைப்புக் கொண்ட
குப்பை வண்டிக்காரர்
மக்கும் குப்பைகளில் கலந்திருக்கும் மனசாட்சியையும்
மக்காத குப்பைகளில் கலந்திருக்கும் அதிகாரத்தையும்
பிரித்துப் போட முயற்சிக்கிறார்
ஒரு போதும் அவரால்
அது முடியுமென்று தோன்றவில்லை
கிழவர் எழுகிறார்
கையிலிருந்த படித்ததும் பழையதாகிப் போன செய்தித்தாளை
குப்பை வண்டிக்குள் வீசி நிமிர்கிறார்
பாழடைந்த அவரது கண்களினூடே தெரியும்
மனக்காட்சியை சற்றுநேரம் உற்றுப் பார்க்கிறார்
குப்பை வண்டிக்காரர்
கிழவரோ வண்டிக்காரரின் கைகளை நோக்குகின்றார்
செய்தித்தாளில் சிதறிக்கிடந்த போர் நிமித்தமான பிணங்களை
மக்கும் குப்பையிலும்
செய்தித்தாளுக்கும் அடங்காத அதிகாரண தேசத்தை
மக்காத குப்பையிலும்
பிரித்துப் போட்டு அவர் மணியசைக்கத் தொடங்குகிறார்
இப்போது நகரத் தொடங்கிய குப்பை வண்டி
மணியோசை எழுப்பியவாறு அடுத்த
பாரதிதாசன் தெருவுக்குள் நுழைகிறது.

மன்னிக்கவும் ஆனால் நன்றி

இறுதியாக இந்த முடிவுக்கு வந்தோம்
ஒரு மினி பால் பாக்கெட் வாங்கி
டீ போட்டுப் பருகினோம்
எங்கள் குழந்தையுடனும் பகிர்ந்து கொண்டோம்
நாங்கள் மௌனமாகக் கடைவீதிக்குச் சென்றோம்
ஆர்ப்பாட்டமான கடைவீதி இன்று
மிக அமைதிக்குள் இருப்பதாக உணர்ந்தோம்
ஆர்ப்பாட்டமான எங்கள் குழந்தைகூட இன்று
மிக அமைதியாக இருக்கிறான்
ஒரு துளி நேரமும் எங்களை விட்டு இறங்காமல்
ஒருவர் மாற்றி ஒருவரைத்
தூக்கிக் கொள்ளச் சொன்னான்
மூன்று வயதாகும் அவன்
எங்களைக் கட்டிக் கொண்டேயிருந்தான்
கனமான நைலான் கயிறு
நான்கு மீட்டர்கள் வாங்கினோம்
அத்துடன் குழந்தைக்கு
ஒரு ஐஸ்கிரீம் வாங்கித் தந்தோம்
பின்பு மௌனமாகவே வீட்டிற்குத் திரும்பினோம்
ஒரு சிறிய கதையைச் சொல்லி முடித்தபோது
அவன் உறங்கிவிட்டிருந்தான்
கயிற்றை இரண்டாகத் துண்டித்தோம்
பின்பு நாங்கள் தூக்கிட்டுக் கொண்டோம்
இந்நிலைக்கு எங்களைத் தள்ளிய சமூகத்திடம்
காரணத்தைச் சொல்ல
எங்களுக்கு எந்த முகாந்திரமும் இல்லை
மன்னிக்கவும்
ஆனால்
குழந்தையிடம் சொன்ன கதையில்
அதற்கான காரணத்தைப் புதைத்து வைத்திருக்கிறோம்
முடிந்தால் போய் அவனை எழுப்பிக்
கண்டறிய முயலுங்கள்
நன்றி.

கடவுள் மட்டும் எப்படி ஜெயிக்கிறார்

கவிஞனே
போதும் உன் சவடால்கள் நிறுத்து
உன்னால் விண்மீனைக் கடலில் புதைக்கவும்
கடலை விண்மீனில் நிரப்பவும் முடியக்கூடும்
ஆனாலும் போதும் நிறுத்து
நீ பணியாற்றிய இடத்திலிருந்து
ஒரு காரணமுமின்றி வெளியேற்றப்படும்போது
உன் இருப்பின் வீர்யம் என்ன
நீ மிகவும் நேசித்து மணந்தவளின் வயிற்றில்
ஒரு சிசுவை உருவாக்கிவிட்டாய்
அது கணந்தோறும் வளர்கிறது வளர்கிறது
மருத்துவப் பரிசோதனைக் கட்டணத்தை
இப்போது நீ எப்படிச் செலுத்தப் போகிறாய்
கடவுள் பார்த்துக் கொள்வார்
நம்புகிறாயா
நம்புகிறாயா நீ அவ்வாறெனில்
விவசாயி ஒருவன் கனவுகளோடு நட்ட
தென்னைகள் குருத்து சாய்ந்து வீழ்கிறதே அது ஏன்
பறவையொன்று இரைதேடி வானில் அலைந்து
பசியோடு கூடு திரும்புகிறதே அது எவ்வாறு
விவசாயியும் பறவையும் தோற்றுப் போகும்போது
கடவுள் மட்டும் எப்படி ஜெயிக்கிறார்
இனி யாரும் எதையும் நம்பிக் கொண்டிருக்க
ஒரு நியாயமுமில்லை
கவிஞனே
போதும் உன் சவடால்கள் நிறுத்து.

கொலை விண்ணப்பம்

நீங்கள் என்னைக் கொல்ல விரும்புகிறவராக இருந்தால்
முதலில் என்னைத் திட்டுங்கள்
மோசமான காது கொடுத்துக்கேட்க முடியாத வார்த்தைகளால்
தவறாமல் அம்மாவுடனான எனது உறவை
அதில் கொச்சைப்படுத்துங்கள்
எதிர்வினையே புரியாத என்னைக் கண்டு
இப்போது எரிச்சலடையுங்கள்
அதன் நிமித்தமாக என்னைச் சபியுங்கள்
நான் லாரியில் மாட்டிக்கொண்டு சாக வேண்டுமென்று
இல்லையெனில் நள்ளிரவில் நான் வந்து திறக்கும்
என் வீட்டுப் பூட்டில்
மின்சாரத்தைப் பாய்த்து வையுங்கள்
அல்லது நான் பருகும் மதுவில்
விஷம் கலந்து கொடுங்கள்
முடியாத பட்சத்தில்
மலையுச்சியை நேசிக்கும் என் சபலமறிந்து
அழைத்துச் சென்று அங்கிருந்து தள்ளி விடுங்கள்
அது அநாவசிய வேலை என நினைத்தால்
என் முதுகிலேனும் பிச்சுவாக் கத்தியால் குத்துங்கள்
நீங்கள் தைரியம் கொஞ்சம் குறைவானவரெனில்
ஆள் வைத்துச் செய்யுங்கள்
தடயமே தெரியவரக்கூடாது என்றால்
பில்லி சூன்யமாவது வையுங்கள்
இதுவெதுவும் பொருந்தவில்லையெனில்
ஆற்றில் மூழ்கடிக்கலாம்
ரயிலிலிருந்து தள்ளி விடலாம்
தூக்கேற்றிக் கொல்லலாம்
இவற்றையெல்லாம் முயற்சித்துப் பாருங்கள்
ஒன்றினாலும் பயனில்லாத பட்சத்தில்
கண்ணெதிரே என் மனைவியை
வன்புணர்ச்சி செய்யுங்கள்
அல்லது என் குழந்தைகள் தூங்கும்போது பாறாங்கல்லால் தலை நசுக்குங்கள்
அப்படியும் நான் உயிரோடு தொடர்ந்திருந்தால்
தயவு செய்து இறுதியிலும் இறுதியாக
அன்பையாவது செலுத்துங்கள்.

உடலுறவு

உடலுறவு என்பது உடல் உறவு மட்டும் அல்ல அது
இரண்டு வண்ணத்துப் பூச்சிகள் ஒட்டியவாறு காற்றில் பறப்பது அல்லது
கடற்கரை மணலில் மத்யான
வெயிலில் நடப்பது அல்லது பல வகையான வாசனைப்
பொருள்களோடு ஒரு குழம்பைத் தாளிப்பது அல்லது ஒரு சுயநலம்
அல்லது ஒரு ரயில் தண்டவாளத்தில் மெல்ல கிளம்புவது அல்லது ஒரு
சிகரெட்டை நள்ளிரவில் புகைப்பது அல்லது ஒரு குழந்தை கிணற்றை
எட்டிப் பார்த்து குதூகலிப்பது அல்லது ஒரு திருடன் கையுங் களவுமாய்
மாட்டிக் கொள்வது அல்லது மின்விசிறி ஓடி நிற்பது அல்லது சப்பாத்திக்
கள்ளியில் பூப்பூப்பது அல்லது முன்னாள் புரட்சிக்காரனை தூக்கிலிடுவது
அல்லது உப்புக்குறைவான தின்பண்டத்துக்கு
உப்பிட்டுக்கொள்வது அல்லது ரோஜா மலரைத் தின்பது
அல்லது பிச்சைக்காரன் மற்றொரு பிச்சைக்காரனிடமே
பிச்சை எடுப்பது அல்லது பகலில் வானம் மின்னுவது அல்லது பசிக்கு
நெருப்புக் கட்டியை விழுங்குவது
அல்லது.

சிறு கல்லின் மையம்

போகிற போக்கில் வெட்டவெளியில்
ஒரு சிறுகல் கண்டேன்
அது அதே வரையறையில்லாச் சிறு கல்
கையில் எடுத்தேன் கண்ணருகே கொண்டுவந்தேன்
கண்டேன் அதன் பள்ளங்களில்
இருளடைந்த ஒரு பெரும்பள்ளத்தாக்கை
அதன் மேடுகளில் ஒரு மாபெரும் மலையுச்சியை
லேசாகப் பாசி படரத் தொடங்கிய அதன் பச்சையத்தில்
ஒரு பெரும் வனம் விரிவடைந்து வளர்வதை
அங்கிருந்து எழும் ஒரு புலியின் உறுமல்
மேலும் ஒரு சிம்ம கர்ஜனையும்
யானையின் பிலிறலொளி உடன்
சில மனிதர்களின் ரகசிய வேட்டைக் குரல்களையும்
வேட்டையை நான் விவரிக்கப்போவதில்லை
நான் அந்த மனிதர்களைப் பின்தொடர்ந்தேன்
அவர்கள் அந்தக் காலத்தின் காட்டிலிருந்து
இந்த நகரத்தின் காலத்திற்கு வந்துவிட்டார்கள்
இப்போது அந்தச் சிறு கல்லின் நகரத்தில்
நான் ஒரு காடென மையம் கொண்டிருக்கிறேன்.

கருணை கொஞ்சம் ஆபத்தானது

உலகமே யாருடைய வரவையோ எதிர்ப்பார்த்துப்
பதற்றத்தோடு காத்துக்கொண்டிருக்கையில்
நான் இருந்தேன் தன்னந்தனியாய்
சாவகாசமாய்க் குடித்துக் கொண்டு
அதன் வழியாக ஒரு முடிவின்மையைத்
தேடிக்கொண்டிருந்தேன்
எறும்பு ஒன்றும் தன்னந்தனியாய் இருந்த
தன்னந்தனியனிடம் மெல்ல ஊர்ந்து வருகிறது துணிச்சலோடு
துணையாகக் கருத வேண்டிய
அதைத் தொந்தரவாகக் கருதிவிட்டேன்
சில சொட்டு மதுவை அதன்மீது விட்டு
அதைத் தொந்தரவு செய்தேன்
இது ஒரு குரூரம்தான் ஆனால் இது என்னை நான்
உற்சாகப்படுத்திக் கொள்ளும் ஒரு விளையாட்டு
யார் யாரோ விளையாடும் விளையாட்டில் யார் யாரோ
தவிக்கத்தான் செய்கிறார்கள்
ஆனால் எறும்பின் தத்தளிப்பைக் கண்டவுடன்
அதன் மீது
ஒரு காரணமில்லாப் பச்சாதாபம்
உடனே மதுப் பெருக்கிலிருந்து எறும்பை மீட்க
அதனுள் பாய்ந்தேன்
பாய்ந்த பின்பே புரிந்து கொள்கிறேன்
கருணை கொஞ்சம் ஆபத்தானது
ஏற்கனவே போதையில் இருந்த நான்
மதுவுக்குள் குதித்திருக்கக்கூடாது
அதற்கென்ன என்னை மீட்டுத் தெளிவிக்க
இன்னொரு கருணைமிக்க ஆத்மா
இவ்வழியே வராமல்தான் போவானா என்ன
அந்த அவனை எதிர்ப்பார்த்துதான்
எனை மீட்கும் முயற்சி ஏதும் செய்யாமல்
நானும் இங்குக் காத்துக்கொண்டிருக்கிறேன் எறும்போடு.

யதார்த்தம் என யோசித்தால்

இந்த வாழ்க்கையைக் கடவுளால் காணப்படும்
மாபெரும் கனவாக கண்டிருக்கிறார்
ஜார்ஜ் லூயி போர்ஹே
வாழ்க்கை என்பது உங்களால் விழித்தெழ முடியாத
ஒரு கனவைப்போல
என்றெழுதியிருக்கிறார் ஹாருகி முரகாமி
ஆமாம் இது காலை பத்து மணி
தேதி கூட உண்டு
இருபத்திநான்கு நான்கு இரண்டாயிரத்தேழு
இத்தருணத்தைக் கனவு என எண்ணினால்
எவ்வளவு யதார்த்தமாக இது உள்ளது
இத்தருணத்தை யதார்த்தம் என யோசித்தால் அவ்வளவும் கனவைப்போல் உள்ளது
எத்தனைப் பரவசங்களை இது கொண்டிருக்கிறது
ஒரு மரத்தைக் கடவுளைத் தவிர வேறு எவராலும் இவ்வளவு அழகாக அசைத்துவிடமுடியாது
அதுவும் கனவில் அசையும் மரத்தைக் கூர்ந்து நீங்கள்
கவனித்திருந்தால் மட்டுமே இது புரியும்
ஒரு நிழல் நிசப்தமாக மிதமான வேகத்தில்
ஓடிக் கடக்கிறது யதார்த்தத்தில்
ஆனால் அதன் சப்தத்தைக்
கனவில் மட்டுமே உணரமுடிகிறது
இது கனவில்லை என நான்
உங்களுக்கு எதைச் சொல்லி நிரூபிப்பேன்
நான் காணும் தூரத்தில் கண்கள் எட்டும்படி

ஒரு மனிதனும் எனக்கெதிரே இல்லை
அதனாலேயே இது கனவாகிவிடாது
இப்படி யோசித்துக் கொண்டே
நான் மலையில் ஏறிக்கொண்டிருக்கிறேன்
எனக்கு எதிர் திசையில்
அந்த இருவர் இறங்கிக் கொண்டிருக்கின்றனர்
நாங்கள் சந்தித்துக்கொள்கிறோம்
நாங்கள் பேசுவதை நான் அறியமுடியவில்லை
என்பதாலேயே இது கனவாகியும் விடாது
ஏனெனில் தொடக்கத்திலிருந்தே
இதை நான் நிஜத்தில் எழுதிக் கொண்டிருக்கிறேன்
ஒரே வழிதான்
இந்த மலையின் மீது
இந்த மரத்தடியில்
சற்றே கண்மூடி உறங்கினால் மட்டுமே
இந்த யதார்த்தத்திலிருந்து
விழித்துக்கொள்ள முடியுமெனத் தோன்றுகிறது.

மலையாக இருப்பது

நான் மலையைப் போல் இருக்க ஆசைப்படுகிறேன்
எனக்கு மலையைப் போல் இருக்கத் தெரியவில்லை
எனக்கு என்னைப்
போல் இருக்கப் பிடிக்கவில்லை
பிறரோ என்னைப்
போல் இருக்க ஆசைப்படுகிறார்கள்
அதற்காகவாவது
நாம் மலைகளைப் போல்
இல்லாமல்
இருக்க
வேண்டியதாகிறது.

நத்தையின் கர்ஜனை

ஒரு சிங்கத்தைப் போல கர்ஜித்தவாறு
ஏதோ ஒன்று சமீபத்தில் நமக்கிடையே நுழைந்தது
சிங்கம்தானா என கவனித்தால்
அது சந்தேகமாக இருக்கிறது
பின்பு அதுவே ஒரு நத்தையைப் போல வெளியேறியது
இப்போது சிங்கத்தின் கர்ஜனையும் இல்லை
நத்தை வெளியேறியதற்கான ஈரத்தடயமும் இல்லை
ஆயினும் அதை நத்தையெனவே நாம் நம்புவோம்
அச்சப்படத் தேவையில்லை
ஏனெனில் அது மிக சாதுவானது
நிதானமானது மென்மையானது
அறியாது நம் கால்பட்டு நசுங்கினாலும்
சிறு எதிர்ப்பும் காட்டாமல் சாகக்கூடியது
சிங்கத்தால் முடியாத பலவற்றை
அறியும் உணர்கொம்புகளும் உள்ளன
ஆனால் இங்கு நடந்ததோ வேறு
வெளியேறிய நத்தை
திடீரெனத் திரும்பி என்னைப் பார்த்து
சிங்கத்தைக் காட்டிலும்
இன்னும் தீவிரத்தோடு கர்ஜித்தது
அதனால் நாம் கூடியிருக்க வேண்டிய
தருணம் வந்துவிட்டது
நத்தையே ஆயினும் அதற்குள்ளிருக்கும் சிங்கத்தைக்
கூட்டாகச் சேர்ந்து கொல்லுவோம்
எவ்விதமான பிரதிபலன் ஏற்பட்டாலும் பரவாயில்லை
ஏனெனில் இப்போதைய இந்தச் சிங்கத்தைக்
கொல்லாமல் விட்டால்
என்றேனும் ஒரு நாள் நாம்
நத்தையால் கொல்லப்பட நேரலாம்.

ராஜனும் ராணியும்

ஓர் ஊரில் ஒரு கிழவர் இருந்தார்
அவர் ஒரு ராஜனைப் போல
சகல அதிகாரங்களையும் வைத்திருந்தார்
அவருக்குச் சில பேரன்கள் இருந்தனர்
அவர்களின் மீது அவர் செலுத்தும் அதிகாரம்
ராணியின் மீது செலுத்தும் அதிகாரத்திற்கு
இணையாய் இருந்தது
அந்த ஊரின் உயரிய கலைகளுள் ஒன்று
குட்டிக்கரணம் போடுவது
கிழவர் உலகத்துக் குட்டிக்கரணங்கள்
அனைத்தையும் அறிந்தவர்
காலம்காலமாக குட்டிக்கரணம் போடுவதில் சமர்த்தர்
அதனால் என்ன வித்யாசமே இருக்காது
எல்லாம் ஒரே மாதிரியானவை
பேரன்களோ தத்தம் திறமைகளுக்கேற்ப
குட்டிக்கரணம் போடுவதில் வித்யாசம் காட்டினர்
ஆகையால் கிழவருக்குப் பேரன்களின் மீது பொறாமை
தன் காழ்ப்புணர்ச்சியைத் தீர்க்க
நோஞ்சான் பேரனைத் தேர்ந்தார்
அவனுடைய குட்டிக்கரணங்கள்
வாத்தினுடையதைப் போல்
முயலினுடையதைப் போல்
நாய்க்குட்டியினுடையதைப் போல்
பன்றிக் குட்டியினுடையதைப் போல்
இருப்பதாக அவமதித்தார்

நோஞ்சான் பேரனுக்கு வீம்பு அதிகம்
கிழவரிடம் ஒரு கோரிக்கை வைத்தான்
உங்களுடையதைப் போலில்லாத
ஒரு குட்டிக்கரணத்தை போட்டுக் காட்டுங்கள்
எனக் கேட்டுக் கொண்டான்
கிழவருக்கு அதிர்ச்சி
பேரன்கள் பேசத் தொடங்கிவிட்டனர்
வேறு வழியில்லை நிரூபித்து ஆக வேண்டும்
உலகப் பரிசோதனைகளையும்
பேரன்களின் புதுமைகளையும்
மனதிற்குள் கொண்டு வந்தார்
மிகப் பிரயாசைப்பட்டுப் போட்டார் ஒரு குட்டிக்கரணம்
அது கொஞ்சமும் மாறாத பழையதாகவே இருந்தது
பேரன் சொன்னான்
அறிந்து போடும் குட்டிக்கரணங்கள் வேறு
உணர்ந்து போடும் குட்டிக்கரணங்கள் வேறு
கிழவருக்கு மேலும் அதிர்ச்சி
பேரன்கள்
அறிவுரை வேறு சொல்லத் தொடங்கிவிட்டார்கள்.

நகுலன்: "நானொரு தனி ஆள்*"

அவர் ஒன்றைப் பற்றித்தான் பலவாறாக
எழுதிக்கொண்டிருந்தார்
அது ஒன்றுமில்லாததைப் பற்றியதாகவும் இருந்தது
அதில் ஒன்றுமில்லை எனவும் சிலர் சொன்னார்கள்
அவர்கள் கண்ணை மூடிக்கொண்டு
வாசித்தார்களோ என்னவோ
அவர் கண்ணை மூடிக்கொண்டுதான்
எழுதியிருக்க வேண்டும்
காலி குப்பிகளுக்கும்
புத்தகங்களுக்குமிடையே இருந்தார்
எனினும் அவர் ஒரு தனி ஆளாக இருந்தார்
அவர் இருந்த இடம் யாருமற்ற பிரதேசம்
ஆனால் அங்கு எல்லாம் நிகழ்ந்து கொண்டிருந்தது
அவர் எழுத்தில் நிகழ்ந்து கொண்டிருப்பதைப் போல.

* பாரதியின் 'கண்ணன் என் சேவகன்' கவிதையிலிருந்து.

இடையில் ஒரு தும்பி

ஒரு மரங்கொத்தி
ஒரு மரத்திற்கும் இன்னொரு மரத்திற்கும்
ஒரே நேரத்தில் பறக்கிறது
ஒரு பெண்ணை
ஒரே நேரத்தில் இருவர்
இருவேறு இடங்களில் இருந்து சுகிக்கின்றனர்
இடையில் ஒரு தும்பி
அதன் மெல்லிய உள் சிறகுகளை
வினாடிக்கு இருபது முறை
அடித்துக்கொண்டு நிற்கிறது.

இளமை எனும் நீர்ப்பருவம்

இளமை நீர்நிலைகளின் பருவமாக இருந்தது
தெருவாசல்களில் படுத்துறங்கும்
எங்களின்மீது தவளைகள் தத்துகின்றன
தாத்தா கையில் வலையோடும்
இடுப்பில் பெட்டியோடும்
மதகுக்கும் கால்வாய்க்கும் இடையே
திரிந்தபடியே இருக்கிறார்
மீன்களை வலையிலிருந்து எடுத்து எடுத்து
வாய் திறந்த மீன்பெட்டிக்குள் போட்டவாறே
புகைத்து இருமுகிறார்
ஓய்வு நேரங்களில் வலை பின்னுகிறார்
பனங்குருத்தோலையில் பெட்டி முடைகிறார்
மிக ஓய்ந்த காலங்களில் மகாபாரதத்தைத்
தன் அக்காவிற்கு வாசித்துக்காட்டுகிறார்
தாத்தாவால் அடிக்கடி ஒரு பேய்க்கதை கூறப்படும்
கால்வாயில் இரண்டாம் சாமத்தில்
மீன்பிடித்துப் பெட்டியில் போடப் போட
அவை கதைக்குள்ளும்
காணாமல் போய்க்கொண்டே இருந்தன
எல்லாம் பேய்கள் கூடித் தின்றுவிடுமாம்
ஏரி நீர் மதகு மீன்கள் வலை பெட்டி
தத்தும் தவளைகள்
தாத்தா அவர் அக்கா
தெருவோர வாசல் சமகால மூதாதையர்
எனது இளமையான நீர்ப் பருவம்
எல்லாவற்றையும்கூட யோசித்துப் பார்த்தால்
பேய்கள் ஒன்று கூடி தின்றுதான் விட்டிருக்கின்றன.

விழிப்போடு தூங்கு

அலாரம் வைத்தாயிற்று
அதிகாலையில் புறப்பட்டாக வேண்டும்
நாம் நகரத்துக்கு
மகனே நீ விழிப்போடு தூங்கத் தொடங்கு
இனி ஒரு நாளும் நாம்
இந்தக் கேடு கெட்ட கிராமப்புறத்தில்
தாமதித்துக் கொண்டிருக்க முடியாது
கிராமப் புழுதியில் அலைந்து திரிந்ததில்
உன் கால்களில் புண்கள் வரத் தொடங்கிவிட்டன
நகரத்திற்குச் சென்றதும் உன் கால்களுக்கு
அழகான காலுறையுடன் கூடிய
காலணிகளை வாங்கித் தருவேன்
அதனால் விழிப்போடு தூங்கு
நாம் அதிகாலை கிளம்பவேண்டும்
அப்பாவையும் அழைத்துக்கொண்டு.

எனது பெயர்

ஸ்ரீநேசன் என நீங்கள் அறிந்த பெயரில்
நேசன் அப்பா சூட்டியது
ஸ்ரீ நண்பன் பூட்டியது
தமிழ் முழக்கப் போலிகளை வெறுத்திருந்ததால்
கலகம்போல் ஏற்றிருந்தேன்
தமிழ்ப் பயிலும் காலத்தில்
தந்தையின் பெயர் தொடக்கம் சேர்த்த
தே.நேசனை
தேவநேசன் எனப் புனைந்து மகிழ்ந்துள்ளேன்
என் பெயர் நீளமில்லை
மண் புழுவைப்போல் அது நெளிவதில்லை
அது பறந்தவாறிருக்கும் ஒரு வண்டு
ஸ்ரீநேசன் என்பதை விக்கிரமாதித்தன்தான்
எனக்குப் பிடித்த மாதிரி உச்சரிக்கிறார்
அதற்கடுத்து என் குழந்தைகள்
பெயர் அருமை என்று பலர் கூறக் கேட்டுள்ளேன்
பெயருக்கேற்ற குணம் என்கையில் நெகிழ்ந்துள்ளேன்
ஆங்கிலத்தில் சிலர் நாசனாகவும்
நேஷனாகவும்கூட எழுதுகிறார்கள்
சில ஆசிரியர்கள் நீசன் எனவும் திட்டினார்கள்
நேசா என்றழைத்த வகுப்புத் தோழியை
நேசமின்றி வெறுத்துள்ளேன்
ஸ்ரீயைக் கண்டால் தமிழ்ப்பற்றுக் குடும்பத்தில் வந்த
என் குடும்பத் தலைவிக்குப் பிடிப்பதில்லை
தேவ்நேஷ் என நானே சில காலம் இட்டுக்கொண்ட
பெயரை இப்போது நினைத்தாலும் குமட்டுகிறது
இயற்பெயர் புனைபெயராய்
ஆனபோதைய உற்சாகம் இப்போதில்லை
பெயரை மாற்றும் கால அவகாசம் கடந்து விட்டது
பல பெயர் கொண்ட பிரமிள்கூட
இன்று ஒரு பெயரில்தான் நிலைத்திருக்கிறார்.

புத்தொளி

அரிதான வருடாந்திரப் பயணம்
அன்றாடத்தின் சிறை மீறி
மாநிலம் கடந்து மாநிலத்துக்குள் பிரவேசிக்கிறோம்
என்ற களிப்புணர்வில்
கோணல் மாணலின்றி ஓயாமல் செல்லும்
நீண்ட நெடிய ராச் சாலையில்
உறக்கக் கண்களுக்கு மேல் மிதக்கும் வெளிச்சங்கள்
உறங்காத காதுகளில் ஒலித்துப் புரளும் வாகனச் சப்தங்கள்
எங்கோ தூரத்தில் எவற்றையெல்லாமோ கடக்கிறோம்
எத்தனை ஊர்கள் என்னென்னவோ வயல்வெளிகள்
வறண்டதேயாயினும் ஏரிகள் மலைகள் ஏராள மரங்கள்
ஒன்றையும் கண்டு கணிக்கவியலாத இருட்திரை விலகி
கொஞ்சமாய் நம்பிக்கையென முகங்காட்டும் நிலப்பரப்பில்
வேர் விட்டு லயிக்கும் ஒரு பெரும் சந்தர்ப்பத்தை
நழுவவிட்டுக் கொண்டிருக்கும் மனதின் இழப்புணர்வோடு
ஆண்டு புதிதென பிறந்தெழும்
தினத்தின் இவ்வதிகாலைப் பொழுதில்
எமக்காகக் கொஞ்சம்
விரைந்து உதிக்கலாம் சூரியனே நீ.

போதல் பற்றிய பாடல்

எங்கள் வீட்டின் அருகிலேயே
நீர் நிறைந்தும் வறண்டும் வயல்வெளிகள் இருந்தன
ஆடு மாடுகளின் குரல்களால்
தானியக் கதிர்களால் நிறைந்த அவற்றை
இப்போது காண கொஞ்ச தூரம் போகவேண்டும்
எங்கள் வயல்வெளியினூடே நீரோட்டமான கால்வாய்கள்
பாம்புகளென நெளிந்து இருந்தன
அதன் பாசி நீர் அடியினில் நீந்திய மீன் சிறுவர்களை
இப்போது காண ரொம்பதூரம் போகவேண்டும்
எங்கள் கால்வாய்களின்
சங்கம இருதயமாக அகண்ட ஆழ்ந்த ஏரி இருந்தது
அதன் நிரம்பிய முழுமையை நிலவெனக் காண
எனது பதின்பருவ காலத்திற்குப் போகவேண்டும்
எங்கள் ஏரியின் நீர் ததும்பும் பாதை
பாலான ஆற்றிலிருந்து கிளைத்து வளர்ந்தது
அதில் நிறைந்த நீரையும் மணலையும் காண
பால்யத்திற்கே திரும்பவும் போகவேண்டும்
எங்கள் ஆற்றின் மூலம் ஒரு மலையடிவாரம்
அங்கொழுகிய சுனைநீர் ஓசையின் சுருதியைக் கேட்க
மலைமேல் பொழிந்த மழையினைப் பார்க்க
சிறுவன் என் கலையாத கனவுலகத்திற்கு
மீண்டும்
கனவுகள் பலிதமாகும் எதிர்காலத்திற்கு
நான் போக வேண்டும்
நாம் போதல் வேண்டும்.

காற்றில் நடந்த கிழவர்

இவ்வளவு பெரிய நகரத்தில்
இத்தனை அமைதியான அடுக்குமாடிக் குடியிருப்பில்
ஆறாவது மாடித் தனித்த ஓர் அறையில்
ஒரு கிழவர் நடந்து கொண்டிருக்கிறார் நீண்ட நாட்களாக
நடந்து நடந்து அறையின் இருள் ஒரு திடப்பொருளாகிவிட்டது
எல்லையே இல்லாத வரப்புகளில்
ஓய்வே இல்லாமல் நடந்து கொண்டிருந்த
முதியவரின் கால்கள் இங்கு மூச்சுத் திணறுகின்றன
மிருகக்காட்சிச்சாலையின் வயோதிக விலங்கு
தன் பூர்வீக வனத்தின் புதரடியில் ஓய்ந்திருக்க விரும்புகிறது
பூர்வீக வனமோ அழித்தொழிக்கப்பட்டுவிட்டது
தன்னைப்போல் வயல் மண்ணில் உழலாவண்ணம்
தன் விதையை உயர்தரப் படிப்பில் புதைத்து
உயரதிகாரப் பணியையும் பறித்த அவர்
வயலைப் பணம் காய்க்கும்
மனைகளாக்கும் அதிபரிடம் விற்றிழந்தவர்
பின்பு மனைவியை இழந்து
அதிகாரி மகனின் தன்னலக் குடும்பத்திலிருந்து
தன்னையும் இழந்து
உதாசீனப்படுத்தப்பட்ட குடிசையாய் ஒதுங்கியிருக்கும் அவர்
கிராமத்தின் ஒவ்வொரு துகளோடும் நினைவில் கலந்து
தானே தன்னை அழைப்பதைக் கேட்டுக் கிளம்புகிறார்
மொட்டைமாடிக்கு மெல்ல விரைகின்றன கால்கள்
தூரதூரத்து வயல்வெளியைக் காணத் தவிக்கின்றன கண்கள்
இளம்பிராயத்து உறவுகளைத் தழுவத் துடிக்கின்றன கைகள்
தன் ஊர் இடுகாட்டில் புதைந்துறங்க
ஏங்குகிறது தளர்ந்த உடல்
கைப்பிடிச் சுவரில் நடுங்கி ஏறி
அடியெடுத்து காற்றில் நடந்து
வேகமாய்ப் போகிறது அவர் ஆன்மா
தொப்பென்று கீழே வீழ்ந்த தன் உடலைப் பார்த்தவாறு
பின்
மின்மயானத்தில் எரியூட்டப்பட்ட அவ்வுடல் சாம்பலாகி
கங்கையில் கரைப்பதற்காக அதே அறையில் காத்திருக்கிறது.

ஆண்டன் செக்காவ்வை மெழுகுவர்த்தி வெளிச்சத்தில் வாசிப்பது

புதிய மொழிபெயர்ப்பில் ஆண்டன் செக்காவ் வந்து சேர்ந்த
அன்றைய முன்னிரவில்
புரட்டிய பக்கத்தில் எதிர்ப்பட்ட கதையை
வாசித்துக்கொண்டிருந்தேன்
மின்சாரம் போனது
மெழுகுவர்த்தி ஏற்றி
மிச்சக் கதையைப் படித்து முடித்தேன்
அடுத்தநாள்
இரவு உணவுக்குப் பின்பு செக்காவ் அழைத்தார்
இரண்டு சிகரெட்டுகளைத் தொடர்ந்து புகைப்பவன்போல்
இரண்டு கதைகளை ஒருசேர வாசித்தேன்
இரண்டாவது கதை முடிவுறும் தருணம்
இன்றும் மின்வெட்டால் வாசிப்பு இருண்டது
மெழுகுவர்த்தித் துணையுடன் தொடர்ந்தேன்
எரிந்து கொண்டிருந்த மெழுகுவர்த்தி ஒன்றை
கதைக்குள்ளும் கண்டு
அதன் இணை நிகழ்வை வியந்தேன்
அந்நேரம்
அறையில் எரிந்து கொண்டிருந்த மெழுகுவர்த்தி தீர்ந்தது
அவ்விருளில் நூற்றாண்டைக் கடந்து
அக்கதைக்குள் தொடர்ந்து எரியும்

அந்த மெழுகுவர்த்தியின் விநோதத்தை
செக்காவ் என உணர்ந்தேன்
மூன்றாம் நாள் நள்ளிரவு
தூங்கிக் கொண்டிருந்தவனை
மின்விசிறி நின்று எழுப்பியது
புதிய மெழுகுவர்த்தியில்
புதிய கதையைத் தொடங்கினேன்
மெழுகுவர்த்தி வெளிச்சத்தில் எழுதிய கதையை
மெழுகுவர்த்தி வெளிச்சத்தில் வாசிக்கையில்
செக்காவ் என் அறைக்குள் வந்து அமர்கிறார்
அல்லது நான் அவர் அறைக்குள் சென்று அமர்கிறேன்
இனி மின்சாரமும் மெழுகுவர்த்தியும் இல்லாமல்கூடச்
செக்காவ்வைப் படிக்கலாம்
அவர் கதைக்குள் எரிந்து நிற்கும் மெழுகுவர்த்தி
என்றென்றைக்கும் தீரப் போவதில்லை.

(தமிழக அரசின் மின்வெட்டுக்குச் சமர்ப்பணம்.)

மூன்று பாட்டிகள்:

பாட்டி 1: பெருமாத்தம்மாள்

படிக்கட்டோர இருக்கையில் ஒரு பாட்டி
எதையோ தவறவிட்டதான முகபாவம்
சுமக்க முடியாத புத்தக மூட்டையை
யாரோ ஒரு சிறுமி
அவள் மடியில் இறக்குகிறாள்
என்னவொரு மிடுக்கு கிழவிக்கு இப்போது
தானே பள்ளிக்குச் சென்று கொண்டிருப்பதைப்போல.

பாட்டி 2: கன்னியம்மாள்

கோயில் பிரசாதமெனினும்
நீ கொடுக்கும் சுண்டலை
மயக்க மருந்திட்டதோ என இப்பேருந்து பயணிகள்
ஒருவரும் பெற்றுக்கொள்ள மாட்டார்கள்
உன் அன்பை
அழுகையைப்போல் அடக்கிக் கொள் பாட்டி.

பாட்டி 3: ஜடைச்சியம்மாள்

பச்சை வேர்க்கடலை
கிடைக்காத பருவத்தில் ஒரு மரக்கால் பைநிறைய
மாமியார் பெருமையோடு கொடுத்தனுப்பியதை
அம்மாவுக்குக் கொண்டு செல்வேன்
விடிகாலை உறக்கத்தைப் பயன்படுத்தி
ஒரு கிழவி தன்னுடையதைப் போல்
என்னுடைய பையோடு இறங்கிச் செல்கிறாள்
தூக்கக் கலக்கத்தில் கவனித்துவிட்ட நான்
பதற்றமடைந்து விட்டேன்
யாரும் பாட்டியைப் பிடித்துவிடக்கூடாது
யாரும் அவமானப்
படுத்திவிடக்டாது.

ஐஸ்கிரீம்

*நீங்கள் ஏதேனும் அபூர்வமாக உண்ண நேர்ந்தால்
உங்களுக்குக் குழந்தைகளின் ஞாபகம் வருகிறதா
தன் குழந்தையையேனும் நினைவில் கொள்வோர்
தந்தையின் தகுதியில் பூரணமடைவர்
மாநகரத்தின் புகழ்ப்பெற்ற ஐஸ்கிரீம் கடையொன்றில்
நண்பர் வாங்கித்தந்ததை
என் மகனை எண்ணமிட்டு
வாயருகில் கொண்டு செல்லும் நேரம்
எதிரில் வந்து நிற்கிறான் என் மகன்
உருவத்தில் ஒரு பிள்ளை யாசகன்
எங்கேயும் சிறுவர்களுக்கு ஐஸ்கிரீம் என்றால் உயிர்பித்து
வேண்டும் என அடம்பிடிக்கும் சூழலில்தான்
வேண்டாம் வேண்டாம் எனக்கூறித் தடுக்கிறது
வாழ்வின் கை
வாங்க வாய்ப்பளித்த இத்தருணம்
பெற்றுக் கையேந்தியவனுக்குத் தருகிறது
முகத்தில் ததும்பும் ஐஸ்கிரீம்போல
அத்தனை மகிழ்ச்சி எனக்கும்
இதோ இங்கே இவன் உண்ண உண்ண
அங்கே அவன் ருசியின் திளைப்பில் ஆழ்ந்திருப்பானென.*

(ராஜமாணிக்கத்துக்கு)

வாழ்வமைவு

என்னொரு நண்பன்
எங்கள் வயதே எங்கள் நட்புக்கும்
எம் கனவுகள் அன்றாட விருப்பங்கள்
இளமைத் தொட்டே வெவ்வேறானவை
சற்று முரண்பட்டவையும்கூட
பதின்மத்தின் தொடக்கநிலை
சிறுவர்கள் நாங்கள் அன்று
சிறுகுன்றின் பறவைப்பாறையில் இருந்தோம்
கடிவாளமற்ற கற்பனைக்குதிரை
களிப்பில் கனைத்துக் கிளம்பியது
ஒரு கைச்சொடுக்கில் பாறை
எனக்குப் பறக்கும் கம்பளமாய் விரிய
அவனுக்கோ புதையல் பெட்டகமாய் திறந்தது
அடிப்படை ஆசைகள் ஆளாளுக்கு வேறுதான்போல
புத்தகம் படிப்பதில் நானும்
நோட்டை ஈட்டுவதில் அவனும்
நாட்டமாய் வளர்ந்தோம்
இருபதில் ஒரு சர்ச்சை
பின் நிறைவேறவும் செய்தது
இன்றவன் ஒரு கல்வி நிறுவனத்தின் தாளாளர்
நானும் சில கவிதைகளை எழுதிவிட்ட கவிஞன்
திருமணப் பேச்சில்
பள்ளிப் படிப்பிருந்தால் போதுமென்றேன்
எனக்கு மனைவியோ பட்டங்கள் பெற்றமைந்தாள்
பட்டம் பெற்றவளையே மணப்பேன்

என்றவன் கனவோ பலிதமின்றி நிகழ்ந்தது
எனக்குப் பெண் குழந்தைகள் மீதே விருப்பம்
அவனுக்கும் ஆண் பிள்ளைகள் மீதிருந்திருக்கலாம்
எங்கள் தீர்மானம் ஏதுமின்றியே
அவனுக்கு இருவரும் பெண்மக்கள்
எனக்கோ முரண்பட ஆண்மக்கள்
இதோ ஐம்பதைத் தொட்டிருக்கிறோம்
கனவு காண்பதை நிறுத்திக் கொண்ட எனக்கு
நேற்றிரவு ஒரு கனவு
மலையடிவாரக் கிராமத்தில்
மூன்று ஏக்கர் நிலம் வாங்கி
கல்லூரி ஒன்றைத் தொடங்கியிருந்தேன்
விடிந்ததும் விஷயத்தைப் பகிர்ந்துகொள்ள
நினைத்திருந்த என்னை அவன் முந்திக் கொண்டான்
ஐம்பதாம் பிறந்த நாளுக்கு எஸ்.ராமகிருஷ்ணனின்
ஐந்து நூல்களைப் பரிசளித்தாராம் நண்பர்
மூன்றை முடித்துவிட்டப் பரவசத்தில் பேசிக் கொண்டிருந்தவன்
ஜெயமோகன் யாரென்றும் வெண்முரசு இருக்கிறதாவென்றும்
கேட்டுத் துளைத்து விட்டான்
மனிதனின் விருப்பங்களை நோக்க வியப்பாக இருக்கிறது
வாழ்வின் திருப்பங்களைக் காணத் திகைப்பாய் இருக்கிறது.

ராயன்

பாலாறும் பெண்ணையும் ஜவ்வாதும் கல்வராயனும்
ஓடியுயர்ந்த நிலவெளி
மாந்தரைப் பார்வையிடுமாறு
அவன் இருக்கை ஆகாயத்தில் இருந்தது
எங்கிருந்தோ யார் மூலமாகவோ
எங்களுக்கான வசிய மருந்தை விநியோகித்து விட்டிருந்தான்
அதன் வசீகர அழைப்பால் திட்டமிட்டவாறு
அவன் ஆளுகைக்குள் குழுமினோம்
நனவின் விளிம்பிலிருந்து நள்ளிரவை நோக்கி
நழுவிக் கொண்டிருந்த உரையாடலின்வழி மெல்ல நுழைந்து
எங்கள் மேசையில்
தன்னை முழுமையாகப் பரிமாறிவிட்டிருந்த அவனை
நஞ்சு சரிவிகிதம் கலந்த அமுதென்று அறிந்திருந்தோம்
மரமென்றால் பனை அவன் பழமென்றால் பலாதான்
நண்பர்கள் மீதே கலகக்காரனாய் கைவைத்த அராஜகங்கள்
வசைச்சொற்களால் தாக்குதல் நடத்திய அட்டூழியங்கள்
மீண்டும் விழித்துக்கொள்ளவே கூடாது
என வேண்டிக் கொண்ட சந்தர்ப்பங்கள்
இடைஇடையே இணக்கமான நினைவகலாச் சந்திப்புகள்
பெருமிதங்கள் கட்டித் தழுவல்கள் கண்ணீர் முத்தங்கள்
விஸ்தார ரசனையில் வேட்டையாடிய நூல்கள்
அவன் வாசிப் பின்பார்ப்பின் பன்றி மேய்ந்த நிலம்தான்
தகுதிக்குதவாத உண்மைக்கிணங்காத எதுவும் கிழிபட நேர்ந்தன
கூதிர்க் குளிருக்குக் கொளுத்திடவென
வெளியிட்ட பட்டியலும் பிரசித்தம்
நான் எப்பொழுதும் தனியாக நிற்கின்றேன்
தனியாகவே நிற்கின்றேன் என்றெழுதிய அவன்
இன்று நாமெவரும் விரும்பாத தனிமையை
ஏற்றுக் கொண்டு விட்டிருந்தான்
அதன் தற்காலிகத் தீர்வுக்கோ எங்களை அழைத்திருந்தான்போல
பௌர்ணமி வெளிச்சம் காட்டிய நள்ளிரவில்
சாத்தனூர் சாலையில்
அவனோடு அவன் புதைகுழிக்குப் பயணமானோம்
அங்கவன் தனிமை கவிதையைப் பகிர்ந்து கொண்டோம்
இருந்தவரை அவன் கவிதையைப் பிறர் மெச்சி
அவனிடமே வாசித்த அனுபவம் நிகழ்ந்ததோ என்னவோ
இன்று அவன் கவிதைக்கும் அர்த்தம் கூடி விட்டிருந்தது.

காணாமல் போகும் மலைகள்

மலையின் உள்ளே ஒரு கோட்டை
கோட்டையின் உள்ளே ஒரு கோயில்
கோயிலின் உள்ளே ஒரு சிலை
சிலையின் உள்ளே ஒரு தெய்வம்
தெய்வம் அது இப்போது அங்கில்லை
சிலை இருக்கிறது
கோயில் இருக்கிறது
கோட்டை இருக்கிறது
மலை இருக்கிறது
தெய்வமும் இருக்கிறது
ஒருவருக்கும் தேவையில்லாமல்
தெய்வம் தேவையில்லையெனில்
சிலைகள் புனிதமிழக்கும்
சிலைகள் புனிதமிழக்க
கோயில்கள் பாழடையும்
கோயில்கள் பாழடைய
கோட்டைகள் சிதிலமடையும்
கோட்டைகள் சிதிலமடைய
மலைகள் கற்குவியலாகும்
கற்குவியலெனவே மதிப்புறும் மலைகள்
வெறும் பொருளாக விலையாகக் கூடும்
விலையாகும் மலைகள்
நாம் பார்த்திருக்கும்போதே
இருந்த இடத்தோடு காணாமல் போகும்.

சொல்

கலை காண போன இடத்தில்
ஒரு கல் கொண்டு வருவேன்
காலம் எனும் சிற்பி
சிற்பி எனும் கலைஞனைச் செதுக்கியதுக்கும்
பலகாலம் முன்பே செதுக்கிய கல்
நெருப்பில் பிறந்து மழையால் நிமிர்ந்து
நதியில் புரண்டு
வெகுதூரம் கடந்து
நீரடியில் ஆழ்ந்த கல்
ஒரு கைப்பட்டதோ
ஒளி படர்ந்ததோ
கண் விழித்ததோ
இச்சொல் பிறந்ததோ
அன்று
மானுட மூளை
முதலில் கிறுக்கிய
கரடுமுரடான ஒரு சொல்
காலத்தின் வாய்களில்
உருண்டுருண்டுருண்டு
தான் இப்பெயர் ஏற்றதோ
கூழாங்கல்.

(ஹம்பியின் நினைவில்)

நிர்மால்ய காலம்

ஜன்னலில் இருந்த சிறுமியே
அவள் பார்க்க மைதானத்தில் ஆடிய பையா
என்ன ஆனீர்கள் எங்குதான் போனீர்கள்
புத்தாண்டுகள் பல பல
பிறந்து இறந்து பிறந்து இறந்தனவே
ஆனாலும் காலக்குழந்தை
அவற்றின் சாட்சியாக
சிரித்தபடியே தவழ்கிறது
கையசைப்புப் பரவசங்கள்
கடிதப் பரிமாறல்கள்
பதற்றச் சந்திப்புகள்
குதூகல வாக்குறுதிகள்
கண்ணீர் அட்சதைகள்
இருவேறு பதைகள்
சந்திப்புக் குறுக்கிடாத பயணங்கள்
என ஆனமட்டும்
முதியவனின் நினைவுச் சாளரத்தில்
சிறுமிதான் நின்று கொண்டிருக்கிறாள்
அம்மையாரின் கனவையும்
சிறுவனின் பந்தே கலைத்துக் கொண்டிருக்கிறது
பழைய வீடு ஜன்னலோடு பெயர்க்கப்பட்டால் என்ன
ஆடுகளத்தில் புதிய இல்லம் எழுப்பப்பட்டால் என்ன
சிறுமியே இமைக்காது பார்த்துக் கொண்டேயிரு
பையா நீ ஓயாது ஆடிக்கொண்டே இரு.

இயற்கைப் புணர்ச்சி

எங்கோ ரயில் பயணத்தில்
மேலைத் திசையின் மலையுச்சியொன்றில்
பிளந்து நின்ற ஒரு ஸ்ரீலிங்கம்
தினம் தினம் இப்பயணத்தில் காண
கீழ்த்திசையில் குன்றொன்றின் மேலே
விரைத்திருக்கும் ஒரு கல்லிங்கம்
பல ஆவேசமான யுக சுழற்சிக்குப்பின்
புணர்ச்சியென அவை கூட நேரும்
நீயும் நானும் யாருமற்ற அக்காலத்தில்
இந்தப் பூலோகம் புதிய தாய் சூல் கொள்ளும் போலும்.

பட்சி கானம்

கரையேறியவுடன் என்னை வரவேற்பதாய்
ஏரியுள் புதர்களில்
ஒரே பறவை பலவிடங்களிலிருந்து பாடும்
இனிய கீதம்
உண்மையில் நரம்புகள் உணர்ந்த இசைமை
குயிலை நான் அறிவேன்
பாடியது அதுவல்ல
மீன்கொத்தி மரங்கொத்தி குரல்களையும் அறிவேன்
பாடியது அவையுமல்ல
நாகணவாய்ப் புள்ளான மைனாவோ
ஆனைச்சாத்தன் என வழங்கும் கரிச்சானோ கூடயில்லை
பாடியது ஒரு பட்சிதான்
சிட்டு தேன்சிட்டு காடை கௌதாரி கிளி கானாங்கோழி
செம்போத்து நீர்க்கோழி
என நானறிந்த பறவைகள் ஒன்றிலுமல்லாத
ஒரு பறவையின் இக்குரல்
இத்தனை இனிக்கும் என உணர
எனக்கு ஐம்பது ஆண்டுகள் பிடித்தனவே
இன்னும் காணா முகம் அறிய
அது முழுப்பிறவியும் வேண்டுமோ.

பாலாற்றங்கரையில் இரண்டு கழுதைகள்

பாலாற்றங்கரையில் இருந்த பள்ளிக்கு
இரண்டு கழுதைகள் படிக்க வந்தன
பக்கத்திலிருந்த சலவைத்துறையிலிருந்து
தப்பித்து வந்தவையாய் இருக்கலாம்
படிப்பே ஏறாத கழுதை பாதியில் நின்றது
உதவாக்கறையென யாரும் சொல்லுமுன்
அரசியல் கட்சியில் தன்னை இணைத்துக்கொண்டது
படிப்பு ஓரளவு கைக்கூடிய கழுதைப் பின்
வாத்தியார் வேலைக்கு விண்ணப்பம் போட்டது
கத்தும் திறமை பிறவியில் இருந்ததால்
படிப்பேறாக் கழுதை அரசியலில் ஜொலித்தது
உதைக்கும் லாவகம் ரத்த வழி வந்ததால்
கல்வி அதிகாரியானது ஆசிரியர் கழுதை
அரசியல் துறையும் கல்வித் துறையும் தம் கீழ்ப்பட்டதால்
சலவைத் துறையை அவை மறந்தே போயின
அரசியலும் கல்வியும் அழுக்கெனப் பெருகி
பலகாலம் தேடிக் கிடைக்காத கழுதைகளை
மந்திரியென்றும் அதிகாரியாகவும்
பின்பு அறிந்தான் சலவைத் தொழிலாளி
ஓடிப்போன கழுதைகள் இரண்டையும்
மடக்கி வந்தான் சலவைத்துறைக்கு
துவைத்துத் துவைத்து மாய்ந்துபோன அவன்
துவைக்க முடியாமல் கழுதைகளை விரட்டினான்
அவைகளோ
அழுக்கு மூட்டைகளை ஏற்றினால் ஒழிய
அசைய மாட்டேன் என்று அடம்பிடித்தன.

தாய் தந்தைக்குத் தந்த முதல் புத்தகம்

நவீனயுகம் இது
என்பதற்கு வேறெதுவும் சாட்சியம் வேண்டாம்
வினை நிமித்தமாக
என்னைப் பிரிந்து மனைவி சென்றிருக்கிறாள்
தாய் தந்தை குழந்தைகளெ‍ன
குடும்ப உறவுகள் சூழ இருந்தாலும்
பிரிவுத் துயர்மிகு தலைவி நிலை எனது
உடல் மெலிந்ததும் முகங்கருத்ததும் கூட
நவீன பாலையின் வாதைகள்தாம்
இறைந்து கிடக்கும் நூல்களை
ஒழுங்குபடுத்தும் ஒரு தருணத்தில்
மகன்களுடனான அன்யோன்யத் தோழமையில்
அவர்களின் அம்மாவுடனான
நட்பில் முகிழ்த்த நேசத்தை
கனன்ற ஞாபக நாவால் பகிர்ந்து கொண்டிருந்தேன்
அவர்கள் சாக்குதான்
அவை எனக்கான தேற்றல்கள்
அவ்வமயம் எதிர்பாரா வகையில்
தன்னையும் வெளிக்காட்டிக் கொண்ட
அப்பரிசுப் பொருளை வேகத்தில் எடுத்து
'அன்பு பிறந்த நாளு'க்காக
உங்கள் அம்மா எனக்களித்த அபூர்வம்
எனப் பகிர்ந்து கொண்டேன்
முதல் பக்க மங்கலில்
இக்கணத்தில்
அவளால் அது எழுதப்பட்டதைக் கண்டதுபோல்
மூவருமே பரவசம் எய்தியிருந்தோம்
அத்தருணத்தின் நீட்சியாலும்
அன்றிரவு தூங்காமல் புரண்டு கொண்டிருந்தேன்
காலை அடுக்கப்பட்ட நூல்களிடை
அட்டைப் போட்டு புது மெருகில்
நின்றிருந்த ஒரு நூல் முதுகில்
மகனின் கையெழுத்தில் கண்டேன்
"தாய் தந்தைக்குத் தந்த முதல் புத்தகம்".

கார்தேவதை

மேலைவானின்
மின்னல் விளையாடும் மலைமீது
கோடைமழை கார்தேவதையாய்க் கருக்கிட்டு இறங்குகிறது
ஒரு கணத்தில் இவ்வுலகின் தீமையெல்லாம்
கருந்தாரையாய்
வானேகித் திரும்பித் தொலைவதுபோல் பேருணர்வு
இந்தப் பரவசத்தைத் தரிசித்த கணம் முதலாய்
தம் புன்னகையில் குத்துவாளை மறைத்து
அனுதினமும் வலம் வந்த
இப்பூவுலகின் வஞ்சக வீரர்கள்
ஒவ்வொருவர் கரங்களிலும் ஒளிரும் ஒரு தூய மலர்.

பிரபவ ஆடிக் கேட்டை

இன்று எனது பிறந்த நாள்
யாருமற்ற தனிமையறையில் தூங்கி விழித்தேன்
இன்று எனது பிறந்த நாள்
மிகு உள்ளுணர்ச்சியில் சில கவிதைகளை வாசித்தேன்
இன்று எனது பிறந்த நாள்
எனக்கு நானே வாழ்த்துகள் சொல்லிக் கொண்டேன்
இன்று எனது பிறந்த நாள்
காலைச் சிற்றுண்டியை விருந்தாக அளித்துக் கொண்டேன்
இன்று எனது பிறந்த நாள்
பணியிடம் சென்று மாலை திரும்பினேன்
இன்று எனது பிறந்த நாள்
பெரிய நாயகியை வணங்க விரும்பினேன்
இன்று எனது பிறந்த நாள்
இடியுடன் மழை இருட்டிக்கொண்டு வந்தது
இன்று எனது பிறந்த நாள்
மழையில் குளித்துக் கோயிலுள் நுழைந்தேன்
இன்று எனது பிறந்த நாள்
கருவறை வரையில் ஒருவரும் இல்லை
இன்று எனது பிறந்த நாள்
கருவறை நுழைந்தேன் அம்மையுள் கலந்தேன்
இன்று எனது பிறந்த நாள்
கருவறையி லிருந்து மீண்டும் பிறந்தேன்
இன்று எனது பிறந்த நாள்
வீரிட்டு அழுதேன் வீரிட்டு அழுதேன்.

தயிர்க்காரப் பாட்டி

தளர்ந்து தள்ளாடும் இந்த வயதிலும்
சுமந்து தயிர் விற்கும் தலைவிதிக்குள்ளான
பாட்டியின் நிமித்தம்
இளஞ்சூரியனே உன்னிடம் ஒரு வேண்டுதல்
நொடிதோறும் புளித்துக்கொண்டேயிருக்கும்
அவள் தலைக்கூடைத் தயிர்
இரண்டுபடி அளவுக்குப் பாக்கியிருக்கிறது
இன்னும்
நான்கு தெருச் சுற்றி
முழுசாய் அதை விற்றுத் தீர்க்கும்வரை
நீ உச்சிக்கு ஏறாமல்
கொஞ்சம் பொறுத்திருந்து வேலையைப் பாரேன்.

அது எழுதிய கவிதை

எனது சோம்பலுக்குச் சும்மா இருக்கவே தெரிவதில்லை
அது தன்னை சுவாரஸ்யமாக அலங்கரித்துக் கொள்ள
அதிக அக்கறைக் காட்டுகிறது
தூங்குகிறது
நாளேடு வாசிக்கிறது
பகல் கனவு காண்கிறது
நொறுக்குத் தீனி தின்கிறது
தொலைக்காட்சிப் பார்க்கிறது
செல்போனில் மணிக் கணக்கில் பேசுகிறது
சில சமயம் அரிதாக அது சாகசத்திலும் ஈடுபடுகிறது
சமீபத்திய சாகசம் : அது எழுதிய கவிதை.

நாவெளவால்

கடைவீதியில் இரண்டு சித்தாள் பெண்கள்
சிக்கன் கடைகளைக் கடந்து போனார்கள்
வீட்டுக்குப் போய்வைக்கும் கருவாட்டுக் குழம்பைப் பேசியவாறு
கேட்டுக் கமகமக்கும் நினைவுக்குகைவாயில் ஊறும் சுனைநீரில்
தலைகீழாய்த் தொங்கும் நாவெளவால் மூழ்கித் திளைக்கும்
ஞாபக இருட்டறையில்
அரை நூற்றாண்டுப் பிரமீட்டுப் பழம்பானையில்
உணக்கலின் காத்திருப்பு
ஈருருண்டைக் களிக்கு அடுப்பில் உலையேற்றி விட்டு
ஜடசியம்மாள் சென்னாகுஞ்சுப் பொடியிடிக்கிறார்
தெங்கின் முற்றிய வில்லைகளோடு சட்டிக்கொதிக்குழம்பில்
நடனமிடும் வஞ்சரம் அவசர அசைவ விருந்தாளிக்கு
மருகன் மெச்ச மாமியார் கைவண்ணத்தில்
எறா தொக்கு வஞ்சிர வறுவல் இல்லையெனினும்
சுட்ட ஒரு கானாங்கெளுத்தியோடு புளிரசம் போதும் தாத்தாவுக்கு
ஏரியில் மீன்வளம் அதிகமானால் அவர் வலைப்பட்ட
குரவை உளுவை கெண்டை கெளுத்தியெல்லாம்
காய்ச்சி மாளாது சொந்தங்களுக்குக் கொடுத்துத் தீராது
வாசனைப்பெருக்கும் வாசலில் காய்ந்து
கத்தரி வெண்டை கருணை உருளை மொச்சை கடலை
எச்சேர்க்கையானாலும் ருசியில் இதன்கை ஓங்கும்
முருங்கைக்கீரைப் பெரட்டலோடு
கூழும் நெத்திலிக்குழம்பும் என படையலிட்டால்
மாரி மழையாய் வந்திறங்குவாள்
நோய் வடிவில் அதே அம்மை யார் வீட்டில் அடி வைத்தாலும்
தாளித்த கவுச்சியின் ஆவி நுகர்ந்தால்
சட்டென விட்டுக் கிளம்புவாள்
இறைச்சி கடைகள் அடைக்கப்பட்ட
விடுமுறைப் புனித நாள் ஒன்றில்
மாமிசமோகம் எவருக்கேனும் தலைவிரித்தாடினால்
தணிக்க
இம்மோகினி தவிர மாற்றாள் உண்டோ.

உதயேந்திரமேரி

உனக்கும் எனக்கும் என்னதான் பந்தம்
என் முன்னோர்தாம் உனக்கு உருக்கொடுத்திருப்பார்கள்
உன் மடியில் பிறப்பெடுத்து
உன் ஊற்றைப் பாலெனப் பருகியவன்
எனில் நானுன் தத்துப்பிள்ளை
நீயுமென் செவிலித்தாய்
தனிமையுற்ற கடந்த கால வெளிப்படா நம் அழுகை
உன் தோற்றம் என் பிறப்பு ஏன் தன் தலமும்
எங்கு நிகழவேண்டுமெனத் தீர்மானித்த
நம் அம்மையும் அருகேதான் உறைந்திருக்கிறாள்
அதே தனிமையோடு
பிறகு
மானசரோவர் போன்றோ தால் ஆகவோ
நீ தகுதிப்பெற்றிருக்க வேண்டுமென நான் ஏன் ஏங்குவேன்
வியாசனாய் தாகூராய்
பாரதம் கடந்த புகழ் நான் எய்துவதை நீயும் விரும்பாய்
வீராணம் மதுராந்தகம் சேம்பரம்பாக்கம் புழல் என எல்லாம்
விதிப்பட்ட வறட்சியோடுதான் விரிந்திருக்கின்றன
கபிலன் கம்பன் பாரதி பிரமிள்
பெயர்பெற்ற அளவுக்கா படிக்கப்பெற்றார்கள்
நகுலன் நிறைய தனித்துத் தோன்றியதை எழுதியவர்
அவரை அடக்கமாய் அனுஷ்டித்துக் காத்திருப்பேன்
வறண்ட எனக்குள்
கவிதைச் செடி இன்னும் துளிர்க்குமாவென.

கனிப் பருவம்

எந்நேரத்திலும் குதித்து
உருண்டோடி விடலாம் என்ற உந்துதலில்
பழக்கடை அடுக்குகளில் காத்திருக்கின்றன கனிகள்
நமக்கென்ன தெரியும்
அவற்றின் விதைகளுக்குள்
வேறென்னவோ நடக்கத் தொடங்கியிருக்கிறது.

இலந்தை வடை

வழக்கம்போல்
இவ்வூர் வழியாகத்தான்
அவ்வூர் போனேன்
ஆனால் இந்தப் பாழாய்ப் போன வழக்கம்போல்
இன்று திரும்ப விரும்பவில்லை
ஆனாலும் வழக்கமாய் திரும்பும் பேருந்துக்காகக் காத்திருந்தேன்
இதுவரை காணாத ஓரூர் செல்லும் பேருந்து என்னைக் கடந்தது
யாரும் எதிர்பாராதவிதமாக
நானேகூட எதிர்பாராமல் ஓடிச் சென்று ஏறிவிட்டேன்
பின்பு எதுவும் வழக்கம்போல் இல்லை
பாறைகள் காய்ந்த புதர்கள் வதங்கிய மரங்கள்
வளைந்து நெளிந்து மேடும் பள்ளமுமான
புதிய பாதையின் எல்லையில்
திடீரென ஒரு நகரைக் கண்டேன்
அந்நிய நிலம் அந்நிய மொழி
ஆனால் அதே நம் மனிதர்கள் வாகனங்கள் கடைவீதி
கடந்து கடக்கமுடியாமல்
பழைய செங்கல் கட்டடப் பள்ளிமுகப்பில்
பயிலும் சிறுவனாய் நின்றுவிட்டிருந்தேன்
தின்பண்டக் கடையின் தாயிடமிருந்து
இதுவரை காணாத இலந்தைப்பழ வடை ஒன்று வாங்கினேன்
அது அரைத்த இலந்தைக் கொட்டைகளுடன்
இனிப்பு புளிப்புடன் உப்பு மிளகாயும் அளவாகக் கலந்த
சீரகச் சுவையோடு சூரியனில் சுட்டெடுத்தது
வாழ்வை ஒரு புதுச்சுவையாய் சுவைத்துக் கொண்டு
மல்லானூர் கொத்தூர் எனப் பயணித்து
இவ்வூர் வந்தடைந்தேன்
அவ்வூர் வழியாகத்தான்
வழக்கம்போல்
ஆனால் இல்லாமல்.

இரண்டு பறவைகள்

ஐந்து வயதுக்கு முன்னோ பின்னோ
றெக்கை முளைத்த பிஞ்சுப் பறவையாய்
உலகைக் காணப் பறந்தபோது
மலைமேல் மிதந்த பறவைகள் இணையை
நானும் என் தாயும் என்பதாய் கண்டேன்
வாலிப முறுக்கில் வலிமைத் திமிர்வில்
சண்டையிட்டுக் குருதி கசிந்து
சிலிர்த்து நின்ற குப்பைக் கோழிகளை
நண்பனும் நானும் என்பதாய் பார்த்தேன்
படர்ந்த பனியுள் நீராவி எழும்பும்
ஏரியில் நீந்திய ஜோடிப் பறவையை
முதலாய் விரும்பிய காதலியெனவே
பின்பொரு நாள் கண்டு களித்தேன்
ஆண்டுகள் ஓட அனுபவம் கூட
வானிலிருந்து தானியம் தேடி
தரையிறங்கிய இரு பட்சிகளில்
இன்றைய துணையுடன் இருப்பதை உணர்ந்தேன்
பறந்து பிடித்து மகிழ்கின்றனவா
பந்தயப் பகை வெல்ல முயல்கின்றனவா
என்று அறுதியிட்டுக் கூறமுடியாத
இக் கபில நீலப் பறவைகளை
என் சாவும் வாழ்வுமாய்
கண்டு நின்றேனே.

விளக்கம்

மலை
அடிவாரத்திருந்து அகன்று வளர்ந்த பெருநகரம்
உச்சியதன் விளிம்பில்
நூற்றாண்டுகளுக்கு முந்தைய ராஜ சகோதரர்களின்
இரட்டைச் சமாதிகள்
வணங்கப்படுபவை
காலத்தால் அணைக்கவியலாத
அவர்களது ஆன்மாக்களைப் பிரதிபலிக்கும் ஒரு விளக்கு
தினந்தோறும் அங்கு ஏற்றப்படுகிறது
மலையின் நெற்றிக்கண்ணெனவும்
அண்ணாந்து பார்க்கவே மறந்துபோன
நகர நவீனவாசிகளை
நிரந்தரமாய் கவனித்துக் கொண்டிருக்கும்
ஒற்றை விழியெனவும்
நீண்ட காலமாய் அது நிலைத்திருக்கிறது
நட்சத்திரத்தின் தனித்துவத்தோடு அனைவரிலும் பிரகாசித்துக்கொண்டிருந்த
அவ்விளக்குப்
பின் மின்விளக்குகளால் சிறைப்பிடித்து
அவற்றின் வெளிச்சத்துள் அடைக்கப்பட்டு
நெடுநாள் ஆகிவிட்டது
இருந்தவாறே பல காலம் இல்லாமல் போன அதை
சற்றுமுன் வீசிய சுழற்காற்று
கும்மிருட்டில் கூர்மையடைந்த எல்லோர் கண்களிலும்
சுடரச் செய்தது
அறிவியல் யுகத்து அத்துணை ஒளியையும்
தன் ஆதி உதட்டால் ஊதி அணைத்த
ஆதியாவேச மூச்சுக்கு
அணுக்கமாய் நிலைத்த அவ்விளக்கம்
திரியால் ஆனது
நெய்யால் ஆனது
நெருப்பால் ஆனது.

வெயிற்சுவை

அக்னி நட்சத்திரத்தில்
காயும் வெயிலை ருசித்துப் பார்க்கும் விசித்திர ஆசை
சிறுவன் ஒருவனுக்கு உதித்தது
களத்தில் காய்ந்த மிளகாய்மீது
காய்ந்த ஒரு துண்டு சிவந்த வெயிலை
எடுத்து வாயிலிட்டவன் கதறி விட்டான்
நன்றாய் நாக்கையது பொசுக்கி விட்டதுபோலும்
விடுவானா
பின் பனிக்கால விடியலின் புல்நுனியில் பூத்தத் துளிமீது படர்ந்த
பல்வண்ண இளமொளியைக் கனியெனப் பறித்து உண்டான்
அதுவோ சில்லென்றிருந்தாலும் சப்பென்றிருந்தது
சலிப்பானா
பூக்கள் மலர்ந்து பூமியைப் பொலிவாக்கிய
இளவேனிலின் முற்றிய அந்திக்கு வந்து சேர்ந்தவன்
மலை முகட்டுப் பாறையின் விளிம்பில்
திரண்டிருந்த கூட்டிலிருந்து சொட்டிய
தேன்தோய்ந்த துளிவெயிலை
நுனிநாக்கில் ஏந்தியவன்
நடனமிடத் தொடங்கினான் இப்போது
இனிக்கிறது
இனிக்கிறது.

செடியும் குருவியும்

செடி
நடப்பட்ட ஒரு சிறுமியைப் போலிருந்தது
அழக்கூடத் தெரியாமல் இப்புதிய இடத்தில்
வதங்கிய முகத்தைத் தொங்கப் போட்டுக்கொண்டு
குருவி இப்போதுதான் இங்கு வந்தது
தேடி வந்து பார்ப்பதைப் போலவே செடியைப் பார்த்தது
ஆனாலும் நிலைக்கொள்ள முடியாது
வேதனை பரிதாபம் என்றவாறே பறந்துவிட்டது
ஆயினும் குருவியின் தீர்க்கம் பறத்தலில் தெரிந்தது
திரும்பும் எனச் செடியைப் போலவே காத்துக் கிடக்கிறோம்
பணியை இடைவிடாமல் ஆற்றிக்கொண்டு
நிலாக்கள் வந்தன நட்சத்திரங்கள் வந்தன
ஈரக்காற்றும் வெப்பக்காற்றும் தொடர்ந்து வந்தன
மழையும் வந்தது
அதன் பிறகு கொஞ்சநாள் கழித்துக் குருவியும்
முன்பாய் அதன் டுவீக் டுவீக்குடன் வெளிச்சமும் வந்தது
வந்த குருவி உரிமைமிக்கதாய் செடியில் அமர்ந்தது
பூத்திருந்த செடிக்குப் பாருங்களேன் செருக்கை
அதைவிட மீதமர்ந்த குருவியடைந்த குதூகலத்தை
அன்று நினைத்து இங்கு நிகழ்ந்த இம்மகிழ்ச்சியில்
செடிக்கும் குருவிக்கும் இடையே
எத்தனை தூரம் எத்தனை காலம் எத்தனை கவலை
இருந்தும்
இன்று அவற்றை ஒன்று சேர்த்தது
நமக்குள் அல்லது செடி குருவி போல வேறு யாரோ இருவருக்குமிடையே
நிலவிய இடைவிடா ஆவலோ.

மகத்தானவன்

மகத் ஆனவனுக்குத் தெரிவதில்லை
தான்
ஒரு மகத்தானவன் என.

ஆறுதல்

சகோதரனைக் கார்க்காரன் எவனோ நசுக்கி விட்டுச் சென்றுவிட்டான்
மீந்து இரவெல்லாம் ஒண்டியாக அலைந்து ஓலமிடும்
இந்த நாய்க்குட்டி
என்னடா ஆச்சு எனக்
கருணை வாஞ்சையில் நீ கேட்பாய்
அக்கணமே உன் சொல்லும் இவன்மீது ஏறிக்கொல்லும்.

அற மறம்

அப்பாவின் சாந்தம் பிறரறிய சாது
அவர் கடிந்து சில காய்கள் கனிந்துள்ளன அவ்வளவே
அப்பாவை மேலாக அறிந்தோரின் உடன்பாடும் இதற்குண்டு
மகன்களின் மதிப்பீட்டில் அவர்களின் அப்பா ஒரு சண்டைக்காரர்
வாங்கிய பழங்களின் அழுகலுக்கும்
அரைச்சீட்டுச் சலுகையை ஏமாற்றுவதாய் சொன்னதற்கும்
குடித்துவிட்டு வம்பாகத் தகாச் செயல் செய்தமைக்கும்
காவல்துறை ஆசாமி அவமரியாதையாகப் பேசியதற்கும்
பள்ளித் தாளாளர் உரிய ரசீது தராமைக்கும் என
நியாயம் கேட்டு முற்றும் பேச்செல்லாம் சண்டையேயில்லைதாம்
வீண் சண்டை வம்புக்குள் அடங்காத அது
திட்டமிடப்படாதது மட்டுமல்லாது ஒரு நோக்கமேதுமில்லாத சாத்வீகத்தை
மீறிய அறச்சீற்றம்
ஆயினும் நியாயம் பெற
எழும் ஆவேசத்துக்குள் பதுங்கிச் சுழலும் அச்ச மௌனம்
தீர்வுக்கு வழியற்ற தருணங்களில்
கோழையைப் போல் பின்வாங்காது
குரலுயர்த்தி வாதத்தை முன்வைக்கும் வழிவழி குணாம்சம்
சண்டைக்காரனுக்குரியதெனில்
சண்டையைப் பயின்றதெல்லாம் அவர்கள்
தாத்தாவிடம் எனச் சொன்னால்
நம்பத்தான் செய்வார்களா பேரன்கள்.

கல்

கடவுள் அவ்வப்போது என்மேல் கல்லெறிகிறார்
அதுவும் அருளே என ஏற்றுக்கொள்கிறேன்
எறிகிற கல் எனை அடைகையில் சொல்லாகிவிடுகிறது
அற்புதம்தான்
எனக்காக உருமாறிய கடவுளின் சொற்கள்
சும்மா வைத்துக் கொள்ள முடியாது
உடனே எழுதத் தூண்டும் பிரத்யேகச் சொற்கள்
படைக்கத் தொடங்கிவிட்டேன்
கவிதையிலடங்கிய சொற்கள்
அவர் சொற்களுக்கடங்காப் பொருள்கள்
கொஞ்சம் மமதைதான்
கடவுள் கவனித்திருக்க வேண்டும்
அதனாலோ என்னவோ கல்லெறிவதை நிறுத்தி விட்டார்
அவர் விட்டதுபோல் கவிதை என்னை விடவில்லை
அவரிடமே விண்ணப்பம் செய்தேன்
அது ஆலயம்வரை இட்டுச் சென்றது
ஆங்கே
மணம் வீசும் சொற்களை மாலையாய்ச் சூட்டி
வெளிச்சமான சொல்லால் ஒரு சுடரை ஏற்றி
வணங்கி நின்றேன்
சுடரின் வெளிச்சத்தில் கடவுள் சொல்லென நின்றார்
பொருளும் பொருளின்மையும் முயங்கிய ஒருநிலை
என்மீது எறிந்த கல் உருவாக நிற்கும் அருஞ்சொல்
கடவுள் படைப்பும் கவிதைப் படைப்பும் பொருள்பட ஒன்றென
அக்கண அமைதியில் உணர்ந்தேன்
அப்போதும் உள்ளேயிருந்து ஒரு குரல் இன்னும்
கல்
சொல்
எனக் கூறிக் கொண்டிருந்தது.

காருயிரி

கோடை இன்னும் முற்றியிருக்கவில்லை
இந்தப் பகலும்கூட உச்சமடையவில்லை
ஒருவரும் போகவோ வரவோயில்லாத வழியில்
வானம் பார்த்த ஒரு செத்த நாய்
காகத்தைத் தம் துர்நாற்றக்குரைப்பில்
விருந்தாளியாக அழைத்திருக்கிறது
செத்த எலிகளை விரும்பி உண்ணுமதை
சிதைந்து மினுமினுக்கும் அர்ரத்த ஈரத்தன்மை கவர்ந்தீர்த்திருக்கிறது
தனியாய் ஒன்றையும்
ஒருபோதும் சிந்தையிலும் தீண்டாத அக்காருயிரி
பகிர்ந்துண்ண உறவுகளைக் கரைகிறது
ஒன்று மூன்று ஆறு நூறென
திரண்டு பெருகிச் சுழன்று பறக்கும் அழைப்போசை காட்சி
நடுப்பகல் ஏகாந்தத்து நெளியும் கானலில்
வானுக்கும் மண்ணுக்குமாய் ஊடுருவி தகதகக்கிறது
அவ்வேளை இப்புவிக் கோளமென்பதை
பேரொளியும் ஓசையும் முயங்கிச் சுழலும்
ஒரு கார்பந்தே என
ஒதுங்கிக் காணும் எவ்வொருவனும் மயங்கக்கூடும்.

ஆசைப்படுதல்

நான் ஆசைப்பட்டது
சூரியனைப்போல் பிரகாசமான உச்சமான உக்கிரமான
கீழ்மைகளைக் கொளுத்தும் நிரந்தரமான கவிதைகளை
எழுதிவிடவேண்டுமென்று
அல்லது
நிலாவைப்போல் குளிர்ச்சியான அழகான சாந்தமான
தேய்ந்து வளர்ந்து பொருள் தரக்கூடிய
மௌனமான கவிதைகளை எழுதிவிட வேண்டுமென்று
ஆனால் முடிந்தது
மேகங்களைப்போல் நிலையில்லாத எளிதில் கலையக்கூடிய
உருவமேதுமில்லாத
விவசாயிகளைப்போல யாரோ எதிர்ப்பார்க்க
மழையைப்போல் ஏதோ ஒன்றைத்தருகிற
இக்கவிதைகள்.

செம்போத்தல்

காலை நடைப்பயிற்சியில்
ஏரிக்கரையில்
தூரத்தில் அமர்ந்திருந்த செம்போத்தை
நீண்ட நாட்களுக்கப்புறமாய் பார்த்தேன்
ஆர்வத்தில் வேகமாக நடந்து
அருகே சென்றடைந்தபோதுதான்
தத்தாமல் அமர்ந்துகொண்டேயிருக்கும் அது
செம்போத்தல்ல
காலி பீர் பாட்டில் எனக் கண்டேன்
டாஸ்மாக் வெள்ளம் பெருகி
ஏரிக்கரைவரை பாய்ந்திருக்கிறது
ஏமாந்ததிலும் ஒரு குதூகலம்
அந்தக் காலி பீர்பாட்டில் தன் தீர்ந்த மதுவாலே
தான் ஒரு செம்போத்து என்பதான சிறுபோதை
மயக்கத்தை
சில கணங்களேனும் எனக்கு ஊட்டிற்றேயென.

நால்வர்

ஒரு நிலவும் இல்லாத நாளில்
ஒருவரும் விழித்திராத இரவில்
யாருமே ஏறியிராத ஒரு மலையில்
அந்த நால்வர் ஏறினர்
அக்கும்மிருட்டில் மலை இல்லாமல் இருந்தது
அவர்களும்கூட அருவக் குரலெனவே மிதந்தனர்
ஒருவர் போதையுள் ஒருவர் எனவும்
ஒருவர் கனவுள் ஒருவர் ஆகவும்
ஒருவர் கற்பனையுள் ஒருவர் ஆயும்
ஏறிய அவர்களோடு நாய்களின் குரைப்பொலியும்
மலை ஏறி வந்தது
எல்லா செயலிலும் ஓர் உச்சம் உண்டெனின்
மலையுச்சப் பரவசம் அவற்றினும் உயர்ந்ததே
அடைந்தனர்
நாய்கள் ஓய்ந்து சேவல்கள் கூப்பிட
இறங்குகையில் எதிர்ப்பட்ட கோயில் ஈர்த்தது
வீழ்ந்து வணங்கினர்
பின் கோயிலினுள் நுழையுமுன்
மூழ்கி எழுந்த குளிர்ப் பொய்கையே
அம்மலையெனச் சிலிர்த்தே
ஒருவர் தூக்கத்துள் ஒருவரென
விழித்தே உணர்ந்தனர்.

ஜம்மு தாவி

கண்ணுக்கெட்டிய தூரம் வரையில்
இரவும் பகலும் ஓய்வில்லாமல்
மஞ்சள் பொடியை உடுத்தியதுபோல்
அறுவடைப் பருவ கோதுமை வயல்
அதனிடையே
அந்தியைக் கருத்தரித்து விடியலில் பிரசவித்த
சூரியனாய்ச் சிவந்து பூத்தப் பாலாஷ் மரங்கள்
அதனிடை யிடையே
எங்கள் ரயிலோ உங்கள் ரயிலோ இல்லை
நம் ரயிலோ அவர்கள் ரயிலோ இல்லை
இந்த ரயிலோ
அல்லது அந்த ரயிலோ
இக்காலத்திலோ இல்லை
அக்காலத்திலோ
அல்லது காலாகாலத்திலோ
நகரிரைச்சல் நனவுகளிலும்
வயல்வெளியமைதிக் கனவுகளிலும்
விரைந்து வந்தோ
போய்க்கொண்டோ
இருக்கிறது
சபரி நல்ல உறக்கமா
நேசன் இது என்ன ஸ்டேஷன்
கண்டர் அதோ பனிமலையைக்
காண்.

புதிய படைப்பு

பூர்த்தியடையாதவற்றைப் பற்றி கவலையேதும் படப் போவதில்லை நீங்கள் கவிஞராக அறியப்பட்டுவிட்டவர் மில்டன் வெப்பக் குடுவைகள் வாசனை மலர்களால் நம்பிக்கையூட்டப்பட்டுள்ளன ஏரிநீரை நிலவின் பாதுகாப்பில் விட்டுச் செல்ல விரும்பத்தகாத மனோபாவம் ஒத்துழைக்கும் உங்கள் கற்பனை விநோத வஸ்துவுக்குள் நீச்சலடிக்கவும் கார் ஓட்டவும் பழகலாம் அதற்கென சுற்றி வரும் வினாடிமுள் வரி ஏதும் செலுத்துவதில்லை முளைத்து வரும் செடியை மரமாவதற்கு முன் வெட்டிவிட்டு பிறந்த நாள் கொண்டாடுவோம் விளக்கு தூயக் காற்றை சுவாசிக்க நச்சரிக்கும் நம் படுக்கையில் இன்று ஒரு காட்டுப்பூ வெடிக்கும் கிழட்டு நாய் அந்நிய மொழியைப் பாடலாய் பேசப் பயில்கிறது அவ்வளவுதான்.

ஐக்கியம்

ஹாருகி முரகாமியோடு இருந்து கொண்டிருக்கிறேன்
அவன் படைப்பு மனதில் கிளைத்தெழுந்த
நோர்வேஜியன் வுட் உலகத்துள்
அவன் அதில் வாட்டனபியாகப் பேசுகிறான்
நான் எனது சாய்வு மேஜையில்
நவோகோவுக்கான ஞாயிறு காலை கடிதத்தை எழுத அமர்ந்திருந்தேன்
பெரிய குவளையில் காபி பருகியபடி
மைல்ஸ் டேவிஸின் பழைய இசைத் தொகுதியைக் கேட்டவாறு
இந்த ஞாயிறு காலையில் முரகாமியை
முப்பதாண்டுக்கு முன்பு வாசித்துக் கொண்டே
டேவிஸின் அறுபதாண்டு நீலவகைக்குள்ளும் சிக்குகிறேன்
உண்மையில் எங்கிருக்கிறேன்
பிறக்கும் முன்பே காற்று வெளியில் கலந்திருந்த
அந்த இசையுருவுள் அல்லவா அறை மூழ்கியிருக்கிறது
அறியுமுன்பே உலகறிந்த நாவல் மொழிபு
இத்தினங்களில் தானே நடந்து கொண்டிருக்கின்றது
யாரால் எல்லாமோ கைவிடப்பட்டவை
அல்லது கடந்து செல்லப்பட்டவை
இன்றைய அறிமுகத்தில் புத்துரு பெறுகின்றனவாயினும்
எந்நாளும் நினைவில் வைத்திருக்க வேண்டுதல்கள்
மனிதர்களிடையே எத்தனை அபத்தமாய் மறதிக்காட்படுகின்றன
வாழ்க்கை என்பதுதான் என்ன
நவோகாக்கள் தற்கொலையாகி விடைபெறுவது
மிடோரிகள் வலிய நுழைந்து இட்டு நிரப்புவது
இடைப்பட்ட மெல்லிய இடைவெளிகள்கூட
ரெய்கோக்களால் அலங்கரிக்கப்படுவது
யாருடைய தீர்மானமுமின்றி
வெளியே
அங்கே மழை பொழிந்து கொண்டிருக்கிறது
இங்கே உள்ளே வெயில் காய்ந்து கொண்டிருக்கிறது.

(சிறுபத்திரிகைக்காரன் பயணிக்கு)

மதுக்கரையில்

ஏரி நிரம்பாத காலம்தொட்டு நிறுத்தினேனா அல்ல அது நான் குடிப்பதை நிறுத்திய பின் ஆன நாளாக நிரம்பவில்லையா அறிய மாட்டோம் இடையில் ஒரு முறை அம்மையின் அருள் மழையால் நிரம்பி மது கோப்பையென மயக்கியபோது மதை குடிக்கவே விரும்பாது நான் தன்னை அதுவே குடித்துக் கொள்ள அனுமதித்து அதன் கரையில் இருந்து கொண்டேன்.

உடனே கிளம்பு

சட்டென்று
இருக்கும் இடத்திலிருந்து
இப்போது கிளம்பினாலும்
வேறெங்கோ போய்விடலாம்.

முனைப்பு

காணாமல் போகும் வேட்கையில்
பசித்து அலைபவனைக் கை விரித்து அரவணைப்பதாகத்
தந்திரமாய் அழைக்கும் ஒரு மலை
பாறைகளைப் பருக்கைகளாய் கற்பனைத்து வைத்திருந்த
அவன் எண்ணம் ஏற்கும்போல்
ஏற்காத ஆகிருதி ஏமாற்றும் அவசரத்தில்
எதிர்மறை ஆற்றலால் மலையையே ஒரு கவளமாக்கி விழுங்குவான்
ஜீரணிக்க முடியாத மலையோ ராக்கத சிசுவாய் வளர்ந்து
அவன் தொண்டைவரை முட்டுகிறது
அதன் அமைதியோடும் கடினத்தோடும்
எல்லா உஷ்ணங்களையும் வெளியேற்றிவிட
மூக்கு ஒரு வசதியான கருவியல்ல
வாய்க்கான வாய்ப்பு
விழுங்குவதற்கான சந்தர்ப்பத்தோடு முடிவடைந்து விட்டது
இதயத்தின் நீரோட்டம் குன்றின் குருதியோட்டம்
இரைப்பைக்கு அதனோடு ஓரிணக்கமுமில்லை
கண்கள் பிதுங்கி வெளியேறிச் சிறகு விரித்திட எத்தனிக்கிறது
தியானத்தை நம்பும் எவ்வொருவரும்
கொஞ்ச கொஞ்சமாய் கரைத்து விடலாம்
தான் கரைந்து உருகி
காணாமல் போகும் ஒரு மெய்ஞ்ஞான முனைப்பில்
எம் மலையையும்.

கவிதைகளை வாசித்துக்கொண்டிருப்பவன்

மாபெரும் ஜனநாயக வன்முறை நடந்துகொண்டிருந்தது
அவன் கவிதைகளை வாசித்துக்கொண்டிருந்தான்
புகழ்ப்பெற்ற துப்பாக்கிச்சூடுகள் நடந்து முடித்திருந்தன
அவன் கவிதைகளை வாசித்துக்கொண்டிருந்தான்
அணு உலையில் அணுக்களைப் பிளக்கும் பணி தொடங்கிவிட்டது
அவன் கவிதைகளை வாசித்துக்கொண்டிருந்தான்
ஆற்றுமணல் தாதுமணல் கிரானைட் சுரண்டல்கள்
தலைவிரித்தாடின
அவன் கவிதைகளை வாசித்துக்கொண்டிருந்தான்
நதிநீர்ப் பிரச்சனைகளும் விவசாயிகள் தற்கொலைகளும் தொடர்ந்தன
அவன் கவிதைகளை வாசித்துக்கொண்டிருந்தான்
டாஸ்மாக் போராட்டங்கள் பெருகிக் கொண்டிருந்தன
அவன் கவிதைகளை வாசித்துக்கொண்டிருந்தான்
கல்வி நிலையங்களில் அமோக வியாபாரம் நடந்துகொண்டிருந்தது
அவன் கவிதைகளை வாசித்துக்கொண்டிருந்தான்
தொலைகாட்சிகளில் சமூகப் பிரச்சனைகள் பரபரத்தன
அவன் கவிதைகளை வாசித்துக்கொண்டிருந்தான்
உடனடி அறிவுஜீவிகளால் அனல் பறக்க விவாதிக்கப்பட்டன
அவன் கவிதைகளை வாசித்துக்கொண்டிருந்தான்
அவன் கவிதைகளை வாசித்துக்கொண்டிருப்பதை மட்டுமே
செய்துகொண்டிருந்ததில்
உங்களைப் போலவே
எனக்கும் இன்னும் பலருக்கும் கேள்வியிருக்கலாம்

அவன் சொல்வான்
கவிதைகளை வாசித்துக்கொண்டிருப்பது
கவிதைகளை வாசித்துக்கொண்டிருப்பது மட்டுமல்லவே
நீங்கள் வெளியே வெளிச்சம் பாய்ச்சுகிறீர்கள்
நானோ உள்ளே வெளிச்சம் பாய்ச்சுகிறேன்
கவிதைகளின் வெளிச்சத்தில் உள்ளிருட்டெல்லாம் துல்லியமாவதாக
நமது சமூக அக்கறையால் நாம் இழந்ததைக் காட்டிலும்
கவிதை ஆர்வத்தால் அவன் இழந்ததும் ஏராளமாய் இருக்கலாம்
நமது அர்ப்பணிப்பு மிக்கப் போராட்டங்களால்
நாம் பெற்றதைக் காட்டிலும்
கவிதை வாசித்துக்கொண்டிருப்பதால்
அவன் பெற்றுக்கொண்டதும் அதிகம்தான்
தவிர இந்தச் சமூகத்தில்
விளங்கியவர்கள் போராடுகிறார்கள்
விளங்காதவர்கள் கவிதைகளை வாசித்துக்கொண்டிருக்கிறார்கள்.

முன்னைப் பழம் பொருள்

எதிர்கொள்ளும் எவ்வொருவர் குறித்தும்
எப்புகாருமில்லை
அன்பு இல்லை
நட்பு இல்லை
புன்னகை இல்லை
கையசைப்பு இல்லை
அன்யோன்யமும் காருண்யமும் இல்லை
என எதுவாகவும்
மனிதர்கள் அப்படித்தான் அனைத்தையும் கைவிடுவோம்போல
விளங்கிக் கொள்ளவியலாதவை இவ்வூர்கள்
இத்தெருக்கள் திண்ணைகள் வீடுகள்
இவையெல்லாம் நம்மைக் கைவிடுதல்கள்
ஏதோ வீம்பில் உடைந்து கறார்த்தன்மையில் விரைத்துக்கொண்டு நிற்கின்ற
வயோதிகர்கள்போல
அவற்றின் இதயங்கள்கூட
சிதிலமடைந்த கற்குவியலாக நம்மைப் புறக்கணிப்பதை.

படித்த பள்ளியில் படிமக் கவிஞன்

தான் பயின்ற தொடக்கப்பள்ளியின்
சிதிலமடைந்த கட்டடத்தின் முன் வந்து நின்றான்
படிமக் கவிஞன்
பராமரிப்பின்றிப் பரட்டையாய்க் கிடந்த தலையுடன்
அஃது ஓர் அனாதைக் கிழவி
வற்றிய முலைகளாய் தொங்கிய சன்னல்கள்
உடலின் சுருக்கங்கள் சுவர்க் கரிக்கிறுக்கல்கள்
காரைப் பெயரல்கள் உலர்ந்த காயங்கள்
மூளிக் காதில் தண்டவாள மணிகலன்
திறந்தே கிடந்த பொக்கை வாயிலினுள் நுழைந்தான்
இருண்டு கிடந்த இவள் இளமை மடியில்
அகாலமடைந்த அவளுடன்
ஒருநாள் ஒளிந்துகிடந்தவன்
தான் புழங்கிய இடங்களையெல்லாம்
மூச்சு முட்ட நினைவுகூர்ந்தான்
முட்டிப்போட்டு முழுநாள் கிடந்தும் அழாத அவன்
பள்ளி இடைவேளையில்
எச்சில் பீடி எடுத்துப் புகைத்த சாகசக்காரன்
இன்று அதே இடத்தில் முட்டிப்போட்டான் அழுதவாறு
எதிரே வெளுத்தக் கரும்பலகை
அதன் மங்கிய விழிகள் உற்றுப்பார்த்தன
உணர்ச்சிப்பெருக்கில்
நீ
கல்வித்தாயின் கருவறை என்றான்
எண்ணிலாச் சூரியன்கள் உதயமானாலும்
விடியாமலேயே கிடக்கும் வானமோ வென்றான்
வெயிலின் தேசத்தில் முட்டாள் இருட்டு கட்டிய வீடோ
தன்னை அரிக்க வந்த வெள்ளைக் கரையான்களை
அரித்துவிடும் அதிசய புத்தகமோ
என்றெல்லாம் படிமமாய்க் கூறிப் பெருமிதமடைந்தான்
அப்போது
புதிய கட்டடத்தில் பள்ளி மணி அடிக்க
எழுந்தவன்
கண்ணீரைத் துடைத்தவாறு
புத்தகப் பையைத் தோளில் மாட்டிப்
பள்ளித் தோழர்களோடு வீட்டுக்கு ஓடினான்.

கூத்தாட்சித் தத்துவம்

அகட விகட ராயல் பபூன் வந்தேனே வந்தேனே
தெருக்கூத்துக் தொடங்கி விட்டது
தாளம் போடுவதற்கும்
பின்பாட்டுப் பாடுவதற்குமெனக் கூட்டம் அலைமோதுகிறது
இனி இந்த இரவாட்சி முடியும்வரை பபூனின் ஆதிக்கம்தான்
பபூன் பபூனாகத்தான் வேஷமேற்றார்
வரவேற்பு அமோகமாக இருக்கவே
கூத்து வாத்தியார் ஸ்தானத்தை சீக்கிரமே ஸ்வீகரித்துக் கொண்டார்
இப்போது முக்கிய வேஷமெல்லாம் தன்னைச்
சுற்றியிருந்தோருக்கே
நடிப்பே வராத ஸ்திரீ பார்ட்டுகளுக்கு அடித்தது யோகம்
கிடைத்தது ராணிபார்ட் ஆயிற்றே
நவீனப் பிரக்ஞை கிஞ்சித்துமில்லா காவியக் கதைகளே பிரதானம்
பெரும்பான்மை ஒரே பாரதப் புராணம்தான்
தருமனைப் புறக்கணித்து ராமனை முன்னிறுத்திய கூத்துகள்
பபூனுக்கு அவ்வப்போது
தான் கட்டியங்காரன் என்பது நினைவுக்கு வந்துவிடும்
கட்டியங்காரன் கதை நடத்துபவனும் ஆயிற்றே
கடந்த முறை ஆடிய கூத்தில் யாரும் எதிர்பாராமல்
ஒரே இரவில் கதைப்பாத்திரங்களின் எல்லா மதிப்பையும்
கலைத்துப் புதுமை புகுத்தினார்
அவரது கதைப்படி புதுப் பாத்திரங்களை அமுல்படுத்தினார்
அந்தக் கூத்தில் கூத்துமேடையே கலகலத்துப் போனது
தூய்மைக்கூத்து இவரது தாரக மந்திரம்
அதைக் காட்டிட நடுத்தெரு மேடையைத் தாமே கூட்டுவார்
கூத்து ஆரம்பத்தில் ஆர்ப்பாட்டம் செய்பவர் பின்
மேடைப் பக்கமே தலைக் காட்ட மாட்டார்
ஊர்ச்சுற்றி வருவதில் அலாதி மோகம் கொண்ட
இவரது பிரதான கூத்தாட்சித் தத்துவம்
ஒரே கருத்து ஒரே கதை ஒரே கூத்து
எதிர்கால நோக்கு கனவுத் திட்டம் எல்லாம்
என்றென்றைக்கும் தான் ஒருத்தனே நடிகன்
உறங்குவோர் விழிக்கும்வரை இரவுகள் விடியும்வரை
இக்கூத்தின் கூத்தே தொடரும்
மங்களம் சுபமங்களம்
ஜெயம் சுபோஜெயம்.

எச்சரிக்கை

திடீரெனவே என்னைச் சந்திக்க வந்தீர்கள்
சரியாகவே நீங்கள் முன்னாள் நண்பராக இருந்தவர்கூட
நானும் சமீபமாகப் புதிய நட்பைப் பேணுவதும் கைவிடுவதுமான
குழப்பமான மனோநிலையிலேயே இருந்தேன்
உங்கள் எதிர்ப்பாரா வருகை எனக்கு உவகையளிக்கவே செய்தது
புதிதாகச் சந்திப்பவர்களிடம் எச்சரிக்கையாகப் பழகுவதும்
எதற்கும் அவர்களிடம் வாக்களிக்கக் கூடாது
என்பதும் நினைவில் உள்ளது
நான் சிக்கியுள்ள பிரச்சனையிலிருந்து என்னை விடுவிக்க
இப்போது வந்த அருஞ்சக்தியாகவே உங்களை நினைக்கிறேன்
தேவையற்ற வாக்குவாதத்தையும் தவிர்க்கவே முயல்கிறேன்
நண்பர்களிடம்கூட
புண்படுத்தக்கூடிய வார்த்தைகளினால் சிறிய சண்டை ஏற்படலாம்
எச்சரிக்கை விரலும் உயர்கிறது
எனவே எதைப் பேசுவது எப்படிப் பேசுகிறீர்
என்பது குறித்த கவனத்திலேயே இருக்கிறேன்
தந்திரம்மிக்க ஒரு வார்த்தையையும்
உங்களிடம் கண்டடையவேயில்லை
குதர்க்கமான எச்சொல்லையும்கூட
இந்நாளின் பல்வேறு நிலைகள் போலவே
மீள்சந்திப்பும் சரியான திசையில் சென்று கொண்டிருப்பதற்காக
நாம் கொண்டாடலாம் என்று சொல்கிறீர்கள்
கொண்டாட்டம்
இணக்கமான விரும்பத்தக்க சந்தேகமேதும் எழுப்பாத
இந்த அழைப்புக் கிளர்ச்சியூட்டவே செய்கிறது
இந்நாளில் நிதானமாகவும் கவனமாகவும்
இருக்க வேண்டியதைக் குறித்த நினைவு எழவேயில்லை
நானும் கண்மண் தெரியாத வேகத்தில் ஆமோதித்து விட்டேன்
இது போதாதா இன்றைய எச்சரிக்கை முழுப்பலிதமாவதற்கு.

அறி உரை

எனவே
எங்கேயும்
எப்போதும்
எல்லாவற்றுக்காகவும்
எளியோரின் பக்கம் போய் நில்லுங்கள்
பலவானாகப் பெறுவீர்.

கோரிக்கை

"தலைவர்களே நீங்கள்
தற்கொலை செய்வீர்
ஏனென்றால்
எனக்கு உங்களைக் கொல்வதற்குள்ள திறமையில்லை"
என்று கவிதையில் விடுத்த
மலையாளக் கவி குஞ்ஞுண்ணியின் கோரிக்கையை
ஒரு கேரள அரசியல்வாதியும்
செவிமடுத்ததாகத் தெரியவில்லை
அதைவிட மோசம் தமிழகத்துத் தலைவர்கள்
இதே கவிதை
தமிழில் பெயர்ப்பாகி
பத்துப் பதினைந்து ஆண்டுகளுக்கு மேலாயிற்று
இன்றுவரை பலன்தான் ஒன்றுமில்லை.

நானொரு தவளை

நீரில் வசித்திருந்த தவளை
ஏதோ அச்சத்தில்
இப்போது நீரின் ஆழம் நோக்கிச் சென்றுவிட்டது
மூழ்கிய கப்பலைப்போல தனித்து
அதனாலது கிணற்றுத் தவளை இல்லை
தன் உலகம் குறித்து முன்பைவிட இப்போது
அதிகமாகவே யோசிக்கிறது
புறஉலகம் பற்றியும் முழுமையாக அறிந்துகொள்ள விழைகிறது
அவ்வப்போது கனவுகள் காண்கிறது
இதன் கனவுகளுக்குத் தவளைக்கனவு எனப் பெயர் சூட்டலாம்
தாவிக் கொண்டிருந்தால்போதும்
பலன் பற்றியப் பதற்றம் தவளைக்குத் துளியுமில்லை
கனவு காணும்போது
தவளைக்கு இறக்கைகள் முளைத்து விடுகின்றன
அப்போது அது வண்ணத்துப்பூச்சியாவதை
எவர் ஒருவராலும் தடுக்க இயலுவதில்லை
நீருக்குள் நீந்தும் வண்ணத்துப்பூச்சி
ஒரு மலர்ந்த நீர்க்குமிழியில் அமர்ந்திருப்பதைக்
கற்பனையில் மாத்திரமே கண்டிருப்பீர்கள்
அவ்வளவு கற்பனை வளம் கொண்டவர்தாம் நீங்கள்
தவளைக்கும் கோபம் உண்டு
கோபம் மேலெழும்போது ஒரு கருடனாக எழுகிறது
அப்போதும் அது நீருக்குமேல் அசையாது நிலைக்கொண்டு
நீலவானில் மிதந்து நிற்கும் பச்சைக்கருடன்
ஆனாலும் அதன் பார்வைக்குறி எதன்மீதும் இல்லை

நீரோடிருப்பதனால் உங்கள்போல் பசிதாகம் ஏதும் இதற்கில்லை
ஒரு தேன் துளியைக்கூட நாடாத
ஒரு மீன் குஞ்சைக்கூடத் தேடாத பசியறியாத் துறவியிது
பசி என்றறியாத உங்களில் ஒருவனை
நீங்கள் பூர்ஷ்வா என்றல்லவா அழைப்பீர்கள்
இதுவோ தன்னை மெய்வருத் தவன் என்றே உணர்கிறது
உலகின் நீர் நிலைகள் வேகமாக வற்றி வருகின்றன
நீங்களும் அதிவேகமாக அதற்கு ஒத்துழைக்கிறீர்கள்
மறைமுகமாக இத்தவளைப் போன்றவற்றை
வெளியேற்றுவதே உங்கள் தாத்பரியம்
ஆனால் பலவீனத்தில் அதுவாகவே ஒதுங்கியதாய் ஒரு கற்பிப்பு
நீர்நிலைகள் வறண்டாலும் என்ன
ஓர் ஓணானாய் இத்தவளைக் காய்ந்தாலும் என்ன
எஞ்சி நிற்கும் புதர்க்காட்டில்
விதைகளை அடை காக்கும் ஒரு மரக்கிளையில் அமர்ந்து
தவளைஓணான் காத்திருக்கவே செய்யும்
தலையை ஆட்டிக் கொண்டு
நிகழ்ந்து கொண்டிருக்கும் அனைத்தையும் கவனித்துக் கொண்டு.

சித்திரி : கத்திரி

அதிபதி
அதிதேவதையாய் ஆவேசங்கொண்டு
மேஷத்துள் வாசம் செய்நாளில்
கோட்டை மாசிக்கரியன் வந்து
அஸ்தமனத்துக்கு முன்பே அண்டயோனியை விழுங்கிப் போந்தான்
ஆதிஅனலி ஆதார சக்தி முழு உலகையும்
வெஞ்சினம் தணிக்கத் தம் உஷ்ண உதரத்துள் திணித்தாள்போலும்
மேல்கீழ்மூச்சு வாங்கி ஜனங்கள் உள்வெளி யலைந்து
தவியாய்த் தவிப்பது அவள் தன்னைத் தாலாட்டிக் கொள்வதே
பருகிடத் தணியா நீரோ உலையடுப்பிலிருந்து ஆவிக் கிளம்ப
இந்த வைரோசனி மொண்டு தந்ததுதாம்
வெந்நீர் ஊற்றாய்ப் பீறிடும் குழாய்கள்
எல்லி நா பொழியும் வசைமொழிதாம்
கனலியின் கரங்கள் கண்காணாது
இருண்ட விடமெல்லாம் நெருப்புத் தாரையாய் விரவ வல்லன
பனிச்சாதனப்பெட்டிக்குள் நுழைந்த எயிறிலி
கட்டிக் கூழ்மத்தை நக்கிக் குலைக்கவும்
வளிச்சீரமைப்பியுள் வெஞ்சுடர் பாய்ந்து
உள்ளே புழங்குவோர் வேர்வை பெருக்கவும்
விசிறிச் சுழற்சியில் விபரீதமாக
சவிதா தன் தீக்கூந்தல் விரிக்கவும்
எனப் பல்வேறு வகையினில் பரவிய பானு
கட்டில் மெத்தையில் பருத்திக்குப் பதிலாய்
அவள்தம் அக்னி சேலையைப் பரப்புகிறாள்
இனி பூலோகத்துள்ள எவரும்
உலர்ந்தும் மலர்ந்து மாலை மணந்து மயக்கிட
தம் அன்புக்குரியவள் அருகில் செல்ல நேர்ந்திட
அவர்கள் நண்பகல் மணலாய் கொதிப்பார்கள்
மீறி முத்தப் பகிர்வில் நாக்கைத் துளாவ
சூரியத்துண்டாய் தீய்ப்பார்கள்.

கவிக்குன்று

மக்களின் வனாந்தரத்திலிருந்து விலகி
தனக்குகந்த அமைதியில்
குடிலமைத்து உறையும் தனிக்குன்று
பல காலம் தியானித்து
சிறுகச் சிறுக அகம்நெருங்கி
இதன் மண்டலத்துள் வந்து நின்ற சிய்யனை
மலர்முகச் சரமசைத்து விருந்தாளியாய் ஆட்கொண்டது
ஒருவரை ஒருவர் காற்றில் தழுவிய
காட்டுக் கொடிகளாய்ப் பிணைய நிற்க
ஓயா முகில்திரைகள் பொழியும் நிழல் தாரைகளில்
இன்னும் மைக் காயாத சித்திர அன்னங்கள்
விரைய வந்து செல்லம் கொஞ்சின
சுவடிக் கனிகள் தாழத்தொங்கும்
கிளைகளின் அடியில் இளைப்பாறல்
டெரக்கோட்டா கோப்பைகளில் ததும்பும்
செம்மையில் தணிந்த கவித்துவத் தீர்த்தம்
பருகப் பருக மகத்துவப் பொருண்மைகள் வெளிப்படும்
அருகில் பிறதேச சிகரப் பெயர்ப்புகளின் குவியல்
அதையொட்டித் தர்க்க அனல் தகிப்பில்
சிதறிப் பரவிய சாம்பற்துணுக்குகள்
எள்ளலில் சிக்கிப் புரண்டு நெளியும் தாழ்மையின் புழு
அங்கொரு வியப்புறு விருட்சம்
அதன் என்றும் உதிரா உன்னத இலைதனில் ஒட்டி
ஓர் இரவெலாம் நின்ற அவ்அபூர்வப் புழுவில்
குருவைக் கடந்து
கடந்து கொண்டிருக்கும் ஒரு தபஸ்வி ஆற்றல்
குன்றொரு இலை
அதை நாடிடும் புழுவின் இரை
இல்லை இறையென உணர்ந்த கணம் முதல்
புழுவில் வெளிப்படும் பொற்கிரண அலை.

பேசும் மரம்

நீங்கள் மரத்துடன் பேசாதவராக இருக்கலாம்
பேசும் மரமொன்று உள்ளது விரும்புகிறீர்களா
விநோதத்தால் ஆர்வப்பட்டால் கிளம்புங்கள்
பௌர்ணமியில் பேருந்தையோ ரயிலையோ தேர்ந்தெடுங்கள்
எங்கள் ஊர் பேருந்து நிலையத்தில்
“வெலதிகாமணிபெண்டா”
சிற்றுந்து உங்களுக்காகவே காத்திருக்கிறது
கிளம்புமுன் மதுவையும் சிகரெட்டையும் வாங்கியிருப்பீர்கள்
இருட்டியப் பின் கிளம்பும் பேருந்தில் ஜன்னலோரம் அமருங்கள்
பல ஊர்களைக் கடக்கும் பேருந்து
அதே வேளையில்
பல ஆண்டுகளையும் பல மனநிலைகளையும் கடக்கிறது
சிறு குன்றைச் சர்ப்பம்போல் சுற்றிய பாதையில்
ஏறத் தொடங்கிய இரண்டாவது வளைவின் எல்லையில்
மூன்றாவது வளைவின் தொடக்கத்தில்
நீங்களாக இறங்கிக் கொள்ளுங்கள்
ஜென் பள்ளத்தாக்கு எனப் பெற்றிருக்கும் பெயர்
நடத்துநருக்கோ பயணிகளுக்கோ ஒருபோதும் தெரியாது
நிலவு நிரம்பிய பள்ளத்தாக்கில் மூழ்கியிருக்கும் நிசப்தம்
இவ்வுலகின் எஞ்சியுள்ள கடைசி ஒருவனாய்
உங்களை நீங்கள் உணர்ந்தால்
சிகரெட்டைக் கொளுத்துங்கள்
நிலவில் ஒளிரும் புகை பின் மங்கி
உங்களை விட்டு எங்கோ கலைந்து மறைகிறது
புட்டியைத் திறந்து பருகுங்கள்
இப்போது மிதப்பதுபோல உலவுங்கள்

இத்தருணத்தில்தான் அந்தச் சிறுமரம்
மெதுவாக அசைந்து தன் இருப்பை உணர்த்தும்
வெளிர்ப்பச்சை இலைகள் பெரிய பெரிய கண்கள்
அசைகின்ற கிளைகள் அரவணைக்க அழைக்கும் கரங்கள்
இதுவரை நீங்கள் சந்தித்திராத கணத்தில்
இதுவரை நீங்கள் அறிந்திராத
ஆன்மா மட்டுமே அறியும் மொழியில் பேசும்
குரல் இல்லை ஆனால் குரல்கள்
சொல் இல்லை ஆனால் சொற்கள்
பொருள் இல்லை ஆனால் பொருள்கள்
ஒவ்வொன்றும் நள்ளிரவின் அமைதியில் பதிகின்றன
பின் விடியலின் முதல் பட்சி விடை தந்து அனுப்பும்
நீங்கள் வந்தது குறித்தும் திரும்பிய விதத்தையும்
விழித்ததும் பிறரிடம் விவரித்துச் சொல்வீர்கள்
அவர்களும் வருவார்கள்
இனி நாம் எல்லோரும் மரங்களுடன் பேசுபவர்களாக இருப்போம்.

அங்குத்திச் சுனை

இன்று துர்க்கனவு கண்டு அதிகாலையே விழித்துக் கொள்கிறது
இரவுகளில் பாடலொன்றை முணுமுணுத்துக் கொண்டு
அது தனியாகவே இருக்கிறது
குறிப்பாகத் தான் கண்ட அந்த மூவரில் ஒருவன் இன்று இல்லை
நாட்டுச் சாராயம் நெருங்கிய உறவு என்றாலும்
தன்னை நெருங்க விடுவதேயில்லை
கவலையை மறக்கத்
தன்னை மொய்க்கும் பட்டாம்பூச்சிகளைக் கொஞ்சி விளையாடுமது
மேகங்களின் படையெடுப்புக்கோ முற்றுகைக்கோ
கொஞ்சமும் அஞ்சுவதில்லை
விநோதமாக எவரேனும் வந்தால் தன் மலைப்பாதையில்
நிர்வாணமாய் நடக்கவோ
ஏறி மர உச்சியடையவோ தூண்டுகிறது
அபூர்வமாகக் கைக்கடிகாரத்தைக் களவாடிக் கொள்கிறது
அல்லது ஒளித்து வைத்து விளையாடுகிறது
யாருமற்ற பகற்பொழுதில் தனக்குள் தானே நீந்திக் களிக்கிறது
காக்கையின் கரைதலைக் கேட்டறியா அது
விரும்பி எப்போதும் தன் தனிமையுள் கரைகிறது
மங்கையர் மட்டுமே கூடி வந்து கொண்டாடும்
விழாவைக் கொண்டாட
அங்குத்திச் சுனைக்குப் பேராவல் ஆயினும்
தான் ஆணென்றோ பெண்ணென்றோ தெரிந்திலதால்
பெண்ணாக அவர்களோடு பிணைந்திருந்தவாறு
ஆணாக அச்சப்பட்டு ஒதுங்கியும் கொள்கிறது.

(பழனிவேள் நினைவில்)

மறைந்தவர்

நேரில் இல்லாது வேறெங்கோ இருப்பவர்கள்தாம் அழைக்கிறார்கள்
ஆனால் இருப்பவர்கள் எல்லோரும் அழைப்பதில்லை
எப்போதும் நண்பர்களாய் இருப்பவர்கள்தாம்
வீடென்றால் அழைப்புகளை மகன்தான் எதிர்கொள்கிறான் கட்டளைக்குப்
பணியாத பணிவிடை
சமயங்களில் விளையாட்டுக் குறும்பாகக் கூடுங்கால்
ராணிதிலக் அழைத்தால் கண்டராதித்தன் ஆக்கி விடுகிறான்
குலசேகரனை ஜீ.முருகன் என்றிடுவான்
கோணங்கியின் அழைப்புக் குமார் அம்பாயிரமாகிறது
மனோன்மணி கூப்பிட்டால் மனோ மோகனாய் மாற்றிக்கொள்வான்
சுரேஷோ நீலகண்டனோ அஜயனும் அய்யப்பனும் ஆவதுபோல்
சொல்லுங்க பயணி என்றால் பாபு பேசிடுவார்
சொன்னவரோடு பேச இல்லாமல் திடுக்கிடுவதில்தான்
அத்தனை இன்பம் அவனுக்கு
இலக்கிய உலகத்தை உன்னிப்பாய் கவனிப்பதில்லை
நானதனாலும்
என்னை அழைப்பவர்களை உற்று கவனிக்கிறான்போல
சமீபத்தில் ஓர் அழைப்பு
அப்பா ஞானக்கூத்தன் காலிங் என்றான்
திடுக்கிட்டேன்
அண்ணாச்சியாய் இருக்கக்கூடும் எனப் பேசினேன்
நீண்ட அமைதியில் ஞானக்கூத்தனின் குரல் மட்டும்
கேட்டுக்கொண்டிருந்தது.

(வே. பாபுவின் நினைவுக்கு)

சூரியனுடன் வருவேன்

நான் இங்கிருப்பேன் இதேநேரம் ஏதோ மலையேறிப் பாதி வழியில் ஒரு பாறைமேல் தங்கியிருப்பேன் மன்னியுங்கள் உங்களை இளங்கதிரில் வரச் சொல்லி இப்படி எங்கென்றே தெரியாமல் எங்கேயோ போய்க் கொண்டிருப்பதற்கு நீங்கள் பழியுரைக்கவோ நான் பொறுப்பேற்கவோ ஆகாது நானோ ஓர் இரட்டை ஆள் வசதிக்கு ஏறிக் கொண்டிருக்கும்போதே இறங்கியும் கொள்பவன் தையும் சித்திரையும் ஒன்றேதான் அம்மனை வணங்கி நிற்க ஆடி வர வேண்டியதில்லை பனி ஓய்ந்து அனல் காய்ந்து மழையாக்கித் தரும் பகலில் இந்த வயல்வெளியில் வெயில் தின்று நிழல் பருகி நிற்பேன் ஒரே நேரத்தில் எதிரும் புதிருமாக நிலவெளிகளைக் கடக்கும் நீண்ட தூரப் பயணிகளை ஒரு காரணமுமில்லாமல் காண அரவமற்ற ரயில் நிலையம் போவேன் வருவேன் வழியில் பள்ளி விட்டுத் துள்ளிவரும் குழந்தைகள் இறைத்துச் செல்லும் மகிழ்ச்சியைப் பொறுக்கி அணிவேன் அந்தி வந்து அணைக்கும்வரை ஏரிக்கரைமீது கொண்டாட்டத் தனிமையில் சீரற்றுச் சிந்தித்துக் கிடப்பேன் சிலதுளி கண்ணீரும் உகுப்பேன் இருள் என் கைப்பிடித்தெழுப்புகையில் பற்றிப் பிறை நிலவு நட்சத்திரங்களிடையே நடப்பேன் களைத்தால் மேகங்களில் படுப்பேன் உங்கள் பூமியில் நாளை என்று வரும்போதே சூரியனுடன் வருவேன்.

ஸ்ரீநேசனுடன் ஒரு உரையாடல்

கனலி இணையதளத்துக்காக உரையாடியவர்: க. விக்னேஸ்வரன்

தன் வருவாயுடன் படைப்புகளைத் தொடர்புபடுத்துபவன் கலைஞனாக இருக்க முடியாது, அவன் தொழில்முறை எழுத்தாளன்

உங்களின் இளைமைப் பருவம் எப்படிப்பட்டதாக இருந்தது? அப்பருவத்தின் வழியாக உங்களுக்குள் இருந்த கவித்தன்மை எப்படிப் படிப்படியாக உருமாறி ஒரு நவீன கவிஞராக உங்களை அடையாளப்படுத்தியுள்ளது?

அதிட்டவசமாக என் குழந்தைப்பருவம் தொட்டுப் புத்தக வாசிப்புப் பழக்கம் எனக்குக் கிடைத்திருந்தது. அப்பா, தான் வாசகராயிருந்த வாராந்திர ராணியின் சிறுவர் பகுதியை எனக்கு அறிமுகப்படுத்தியிருந்தார். அதில் இடம்பெற்றிருந்த சிறுவர் பாடல்கள் காரணமில்லாமல் ஈர்த்திருந்தது. அதேநேரம் சிறுவர் தொடர்கதையும். கூடவே வானொலியில் சிறுவர் சோலை நிகழ்ச்சியைக் கேட்கவும் என்னைப் பழக்கப்படுத்தியிருந்தார். குறிப்பிட்ட நாள்களில் அவற்றுக்காகக் காத்திருப்பேன். அகத்தின் தேவைக்காக அது காட்டும் சமிக்ஞையிலேயே நாம் புறத்தில் பயணிக்கிறோம்; கண்டடைகிறோம். என் அப்பா அம்மா வழித் தாத்தாக்கள் இருவருமே ராமாயண, பாரத கதை வாசிப்புப் பிரியர்கள். அவர்களோடு அந்த உலகத்துக்கு நெருக்கமாக இருந்துள்ளேன்.

அப்பாவுக்கு வாணியம்பாடியில் தையல்கடை இருந்ததால் ஆறாம் வகுப்பு முதல் நகரத்தில் பயின்றேன். எங்கள் கிராமத்திலிருந்து உயர்நிலைப் படிப்புக்காக நகரத்துக்குப் போன முதல் ஆள் நான்தான். மாலை, பள்ளி முடிந்தாலும் இரவுதான் அப்பாவுடன் ஊர் திரும்ப முடியும். பக்கத்திலிருந்த பெட்டிக் கடையில் குமுதம், ஆனந்தவிகடன் இதழ்களையும் ஓசியில் வாசிக்கும் வாய்ப்பமைந்தது. மாலை நேரங்களை அப்படித்தான் கழிப்பேன். பத்தாம் வகுப்பு பயின்றபோது கண்ணதாசன் மறைவை ஒட்டி, ராணியில் இராம கண்ணப்பன் எழுதிய வாழ்க்கைத் தொடர் வந்தது. அதை வாசிக்கையில் என் மனதில் பதிந்த ''கவிஞன்'' என்கிற சித்திரம்தான் எனக்குள் இருந்த கவிஞனை உசுப்பியதாக நம்புகிறேன்.

மேல்நிலைப் படிக்கையில் காதலிக்கத் துணிந்த நண்பனுக்குக் காதல் கவிதை உபயம் செய்யுமளவுக்கு வளர்ந்து விட்டிருந்தேன். அப்படி எழுதப்பட்டவை மரபு கவிதையின் சாயல் கொண்ட புதுக்கவிதைகள். கல்லூரிக்கு வந்தபின்பே அப்துல் ரகுமான் உருவாக்கிய கவிராத்திரி நிகழ்வின் கவிதைப் போட்டிகளுக்காகப் புதுக்கவிதை எழுதும் தூண்டல் பெறுகிறேன். ஆண்டு மலரின் வாசகன் நான். மூன்றாம் ஆண்டில் “கரும்பலகை” என்ற பொதுத்தலைப்பில் எழுதிய என் கவிதை முதல் பரிசு பெற்றது. பரிசாகக் கிடைத்த அப்துல் ரகுமானின் பால்வீதியும், (ஜூ.வி.யில் தொடராக வந்து நூலாக்கப்பட்ட)கவிதைகள் குறித்த கட்டுரை நூல்களும் எனக்குள் புதுக்கவிதையின் உண்மையான விதையைப் பதித்தது. அதன் பின் கவியரங்கபாணியிலான கவிதைகளை எழுதுவதிலும், கவியரங்குகளில் பங்கேற்றவாறும் இருந்தேன். இக்காலக்கட்டத்தில்தான் கவிஞர்கள் ராமலிங்கம், குலசேகரன் அறிமுகமாகிறார்கள். அவர்களோடு சீரிய இலக்கிய கவிதை நூல்களும் அறிமுகமாகின்றன. நவீன கவிதைகளின் திசைக்கு இட்டு வந்த கவிதை நூல்கள் விக்ரமாதித்யனின் ஆகாசம் நீல நிறம், கலாப்ரியாவின் மற்றாங்கே, ஞானக்கூத்தனின் அன்று வேறு கிழமை, பசுவய்யாவின் யாரோ ஒருவனுக்காக ஆகியவை. தொடர்ந்து நவீன கவிதை நூல்களைத் தேடி வாசித்துக்கொண்டிருந்தாலும் எழுதும் துணிச்சல் இல்லாமலும் தேவை இல்லாமலும் இருந்தேன். வாசிப்பே போதுமானதாக நிறைவளிப்பதாகவும் இருந்தது. வாசிக்கத் தொடங்கி பத்தாண்டுகளுக்குப் பின்பே எழுதிய முதல் கவிதையைப் பிரசுரத்துக்கு அனுப்பினேன். அப்போதெல்லாம் ஒரு கவிஞரின் ஒரு கவிதைதான் பிரசுரமாகும். ஆகுமா ஆகாதா எனக் காத்திருக்கவேண்டும். இப்போது யோசித்துப் பார்க்கையில் தோன்றுகிறது. வாசிப்புப் பழக்கம் உரிய வயதில் எனக்குக் கிட்டாமல் போயிருந்தால் எனக்குள் இருந்த கவிஞன் வெளிப்படாமலேயே போயிருப்பான்.

வருடத்திற்கு பத்து கவிதைகளுக்கு மேல் எழுதினால் கூட போதும் என்கிறீர்கள்? குறைவாக எழுதுவது அல்லது அதிகம் எழுதுவது ஒரு கவிஞனை எந்தவகையில் மாற்றியமைக்கிறது?

நான் குறைவாக எழுதுவதில் நிறைவுறுபவன் என்பதாலேயே இந்தப் பார்வையைக் கொண்டிருக்கிறேன். போதும் என்று சொல்லமாட்டேன். அவ்வளவுதான் முடிந்திருக்கிறது. தோன்றும் எல்லாவற்றையும் எழுதிவிடாதவாறு எனக்குள்ளிருக்கும் ஒரு தணிக்கையாளன் இதன் பின்புலத்திலிருக்கிறான். தவிர தானாகத் தோன்றி எழுதத் தூண்டுவதைத் தவிர நானாக முயற்சிக்கவே மாட்டேன். அத்தகைய முயற்சிகள் எனக்குச் சாதகமாக எப்போதும் இருந்ததில்லை. அதிலும் எழுதி முடித்தவைகளிலும் முழு திருப்தித் தந்த கவிதைகளையே நான் பிரசுரத்துக்குத் தருகிறேன். ஏனையவற்றைக் கைவிடுகிறேன். அல்லது காலம் தாழ்த்தி மீண்டும் எழுதிப் பார்த்து திருப்தி தந்தால் பயன்படுத்திக்கொள்கிறேன். இவ்வாறு படைப்பாக்கத்தில் முழு கவனத்துடன் இருப்பதால் வாசிப்பவரிடத்தும் தகுதியான இடத்தைப்

பெறமுடியும் என நம்புகிறேன். அத்துடன் கவிதைகளைக் கையாளுவதில் மிகச் சிரத்தையும் பொறுப்பும் நேர்த்தியும் கொள்ள முடிகிறது.

வாசகர்கள், எழுத்தாளர்கள், கவிஞர்கள் இவர்களுக்கு அடிப்படையில் வெவ்வேறு வகையான வாசிப்பு முறைகள் இருக்கும். இளைமைக் காலம் முதல் தற்போது வரை உங்களுக்கான வாசிப்பு முறை என்பது எப்படிப்பட்டதாக உள்ளது?

கவிதை வாசிப்புக்குச் சற்று மேலதிக முக்கியத்துவம் தருகிறேன் எனினும் இலக்கியத்தின் எல்லா வடிவங்களிலும் எனக்கு நாட்டமுண்டு. கல்லூரியில் ஆசிரியர் பணிபுரிபவன் எனினும் பழந்தமிழ் இலக்கியங்களில் நாட்டம் குறைவுதான். தேவைக்கு மட்டுமே அதைப் பயில்கிறேன். கல்லூரி படிப்பின்போதே நான் சமகால இலக்கியப் பரிச்சயமும் வாசிப்பும் பெற்றிருந்ததால் நான் நவீன இலக்கியத்தின் மாணவன் என்றே என்னைக் கருதினேன். தீவிர வாசிப்புக்குள் வந்த சமயம் க.நா.சுவை மிக ஆர்வத்துடன் தேடி வாசித்தேன். அவரை என் வழிகாட்டியாகவும் வரிந்துகொண்டேன். ஏறக்குறைய என் வாசிப்புக்கு மானசீகமான குரு அவரே. அவர் பரிந்துரைத்த நூல்களின் அடிப்படையிலேயே அமைந்தது என் ரசனையும் தேடலும். அதனால் பெரும்பாலும் fiction சார்ந்தே என் ஈடுபாடு இருந்தது. அதிலும் குறிப்பாக மொழிபெயர்ப்பில். ரஷ்ய இலக்கியங்கள், நேஷ்னல் புக் டிரஸ்ட், சாதித்ய அக்காதமி நூல்களைப் பெரும்பான்மை வாசித்திருக்கிறேன். ஆங்கில வாசிப்பு எனக்குப் பழக்கமில்லை என்பதால் மொழிபெயர்ப்புதான் அதை ஈடுசெய்கிறது. மொழிபெயர்ப்பில் கவிதை நூல்கள் வந்தால் அதற்கு அதிக முக்கியத்துவம் தருவேன். இன்றுவரை நல்ல மொழிபெயர்ப்பு நூல்கள்தாம் முழுநிறைவைத் தருபவையாக உள்ளன.

சட்டென்று ஏதேனும் கணத்தில் கவிதை ஒன்று மனதில் தோன்றும் போது அதை மனதில் முழுவதும் எழுதிப் பார்த்து விடுவீர்களா அல்லது தாளில் எழுதித் திருத்தங்கள் செய்து செம்மைப்படுத்துவீர்களா?

மனதில் தோன்றியதற்கும் அதை எழுதுவதற்கும் இடையே மனதின் செயல்பாடு ஒன்று நிகழ்கிறது. அது வேகமாக வரிகளைக் கோக்கிறது. அதை ஒரு கலைப்பொருளாகச் செதுக்குகிறது. கவிதையின் முத்தாய்ப்பான வரிகளுக்கு முயற்சிக்கிறது. சில அரிதான நேரங்களில் மட்டுமே கவிதை எழுதுவதற்கு முன்பே முழுமையாக நமக்குக் கிடைக்கும். பல நேரங்களில் முதல்வரி மட்டும் கிடைத்து கொஞ்சமாக வளர்ந்து நிற்க, அதை எழுதும் செயல்பாட்டில் தொடரும்போது அதுவாகவே நாம் சற்றும் எதிர்பாராத வேறுதிசையில் கொண்டு சென்றும் முடித்துத் தருகிறது. பெரும்பாலும் நான் கிடைக்கும் கவித்துவப் பொருளை செரிவான மொழிப்படுத்த முயல்பவனாகவே உள்ளேன். எழுதி முடித்தபின்பும் ஒரு கவிதைப் போதுமென நான் விட்டு விடுவதில்லை. மீண்டும் மீண்டும் ஒரு நாளின் பல மனநிலைகளில்- பல நாட்களாகக் கூட அவ்வப்போது -அதை வாசிப்பில் சீண்டிப் பார்த்துக்கொண்டேயிருக்கிறேன்.

ஒவ்வொரு முறையும் ஓசை கருதியோ நயமான மாற்றுச் சொல் பெற்றோ திருத்தம் செய்துகொண்டேயிருப்பேன். முழு திருப்தி ஏற்படும்வரை. நான் நிச்சயமாக சொல்வேன். என் ஒவ்வொரு கவிதையும் இவ்வகையில் குறைந்தது ஐம்பது முறைகளுக்கும் குறையாமல் வாசிக்கப்பட்டிருக்கும்.

முதல் கவிதை இன்றும் நினைவிலிருக்கிறதா? அதே நேரத்தில் பிரசுரமான முதல் கவிதை எது? இன்று அவற்றையெல்லாம் நினைவில் நிறுத்தும்போது எப்படிப்பட்ட உணர்வுகள் வருகின்றன?

ஆமாம், 1997-98 வாக்கில், முதல் கவிதை " சிக்கல்", சுப்ரபாரதிமணியன் நடத்திய "கனவு" இதழில் வெளிவந்தது. ஒரு மனநிலைப் பிறழ்விடம் சிக்குவது குறித்தது. இலக்கிய உலகில் சிக்கிக்கொண்டதைப் படிமப்படுத்தியதாகவும் அமைந்தது. (அதற்கு முன்பு அச்சில் வந்தவை இசுலாமியாக் கல்லூரியிலும், புதுக்கல்லூரியிலும் பரிசு பெற்றக் கவிதைகளின் ஆண்டு மலர் பதிவுகள்தாம்) அப்போதுதான் ராணிதிலக் அறிமுகமாகியிருந்தான். இருவரும் சென்னைப் பல்கலைக்கழகத் தமிழ்த்துறையில் முனைவர் பட்ட ஆய்வு மேற்கொண்டிருந்தோம். வாசித்து மட்டுமே கொண்டிருந்த நான், எழுதவேண்டும் எனத் தூண்டுதல் பெற்றது அவனுடனான உரையாடல்களுக்குப் பிறகுதான். இருவரும் எழுதியவற்றைப் பகிர்ந்து கொள்வோம். ஒருவருக்கொருவர் ஆலோசனைப் பெற்று திருத்தமும் செய்துகொள்வோம். தொடர்ந்து அழகியசிங்கரின் "நவீனவிருட்சம்" எங்கள் கவிதைகளைப் பிரசுரித்தது. 2000இல் "புது எழுத்து" வருகிறது. இதழின் பின்னட்டையில் பிரசுரிப்பது; நான்கைந்து கவிதைகள் மொத்தமாகப் பிரசுரிப்பது என மனோன்மணி கவிதைகளுக்கு முக்கியத்துவம் தருகிறார். ஏற்கனவே ஜீ.முருகன் பரிச்சயமெனினும் பிறகே அவர் மூலம் சா.தேவதாஸ், கண்டராதித்தன், குமார் அம்பாயிரம், பழனிவேள், அசதா என நண்பர்கள் வட்டம் விரிகின்றது. ஏற்கனவே உள்ளூரில் குலசேகரன், நீலகண்டன், சுரேஷ் ஆகியோருடன் புதிய நண்பர்களும் இணைய வடதமிழகத்தில் நவீன இலக்கியம் தடம் பதிக்கிறது.

ஜவ்வாது மலை, ஏலகிரிமலை, பஞ்ச பாண்டவர்மலை என நடத்திய இலக்கிய நிகழ்வுகள் மூலம் ஓர் இயக்கம் போன்ற செயல்பாட்டூக்கம் பெறுகிறோம். கவிதைப்பித்துத் தலைக்கேறியிருந்த காலம் அது. வாழ்வில் கவிதையைத் தவிர வேறெதுவும் முக்கியமில்லை என அதிலேயே உழன்ற மனநிலை. படிப்பு, வேலை, திருமணம் என்ற லௌகீக வாழ்வின் கடமைகளில் கொஞ்சமும் ஒட்டுதலில்லாமல் ஒரு விலகிய தன்மை. பின் திருமண நெருக்கதலுக்கு ஆளானபோதே வேலை பற்றியும் வருவாய் குறித்தும் கவலை கொள்ள நேர்ந்தது. அதற்குள் இளையவர்களெல்லாம் மேற்படி விஷயங்களில் முந்திச்சென்றுவிட்டதை அறிந்து உள்ளூர அவமானம் வேறு. ஆனாலும் இன்று ஒரு கவிஞனாக உரு திரண்டு வந்திருப்பதில் அந்த இழப்புகளெல்லாம் இழப்பே அல்ல என்றே படுகிறது.

புதுக் கவிதைகளும், நவீன கவிதைகளும் ஒரு நூற்றாண்டைத் தொடப்போகின்றன. நவீன கவிஞர்களில் முக்கியமான ஒருவராக இதை எப்படிப் பார்க்கிறீர்கள்?

இருபது நூற்றாண்டுகளாக பல்வேறு வகைகளில் கவிதையாகவே சிந்தித்து வளர்ந்த தமிழ் மனம், இருபதாம் நூற்றாண்டில் பற்றிக்கொண்ட புதிய வகைமை புதுக்கவிதை. பாரதியின் வசன கவிதைகளைப் புதுக்கவிதையின் தோற்றுவாயாகக் கொண்டால் நூற்றாண்டைக் கடந்துவிட்டது. ஒவ்வொரு கால் நூற்றாண்டுக்கும் ஒருதலைமுறை போல நான்கைந்து படிநிலையைக் கண்டிருக்கிறது. இதுவரை சில நூறு கவிஞர்களின் பங்களிப்பில் ஒரு மாபெரும் இயக்கமாக நிகழ்ந்து கொண்டுவருகிறது. கணிசமாக ஒவ்வொரு படிநிலையிலும் நான்கைந்து கவிஞர்களேனும் தமிழ் நவீன கவிதைக்கு குறிப்பிடும்படியான பங்களிப்பை செய்துள்ளவர்களாக குறிப்பிட முடியும். மணிக்கொடி புதுக்கவிதைக்கு வித்திட்டிருப்பினும் எழுத்துவில் தாம் அதன் விளைச்சல் மேம்பட்டிருந்தது. எழுத்துக் கவிதைகளில் குறுகிய வட்டத்தில் வாசிக்கப்படும் இருண்மைத் தன்மை மேலோங்கியிருந்ததால் அதற்கு எதிரிடையாக வானம்பாடி ஜனநாயகத்தன்மையும் சமூகப் பார்வையும் கொண்ட கவிதைகளுக்கு முக்கியத்துவம் தரும்வகையில் வெளிப்படுத்திக்கொண்டது. ஆனால் வானம்பாடிக்குப் பிறகு அதன் பிரகடனத்தின் தீவிரத்தோடு குறிப்பிடும்படியான வேறு இதழ்கள் இல்லை. அதில் பங்காற்றியவர்கள் பின்பு அரசியல், கல்வி, திரைப்படம் என வருவாயும் அதிகாரமுமிக்க துறைகளில் தம்மை நிறுவிக்கொண்டார்கள். எழுத்துவின் போக்கைப் பின்பற்றி பிறகு வெளிவந்த பற்பல சிற்றிதழ்களே புதுக்கவிதையை நவீன கவிதையாகப் பரிணமிக்கச் செய்தன. அத்தகைய இதழ்களின் ஆசிரியர்கள் அர்ப்பணிப்புமிக்கப் பணியாக அதை செய்தார்கள். க.நா.சு., சி.சு.செல்லப்பா, பிரமிள் மூவரும் புதுக்கவிதையின் வளர்ச்சிக்கான பணிகளில் முக்கிய பல கட்டுரைகள் எழுதியுள்ளார்கள். வல்லிக்கண்ணன், ராஜமார்த்தாண்டன், கரிகாலன், போன்றோர் தமிழ்க் கவிதை வரலாற்றை வெவ்வேறு காலகட்டத்தில் பதிவு செய்துள்ளார்கள். சு.வேணுகோபால் முழு வரலாற்றை எழுதிமுடித்துள்ளதாக அறிகிறேன். பிரமிள் தொடங்கிவைத்துள்ளார் எனினும் ஆத்மாநாம்தான் சமூகப் பார்வையை நவீன கவிதைக்குள் கொண்டுவந்து அகவயக் கவிதை புறவயக் கவிதை என்கிற வேறுபாட்டைக் கலைந்தவர். இத்தருணத்தில் ''நவீன கவிதை'' என்ற பெயரில் இதழொன்றைத் தொடங்கிய விக்ரமாதித்யன் நம்பியைக் குறிப்பிட்டாக வேண்டும். சமகாலத்தின் கவிதைகளை அடையாளங்கண்டு விக்ரமாதித்யன் தொடர்ந்து கட்டுரைகளை எழுதிவருகிறார். இன்று நவீன கவிதை தனி மனிதம், சமூகம் என இருவேறு நோக்கையும் ஒருங்கிணைத்து சமநிலைப்படுத்தியுள்ளது. இந்த ஒரு நூற்றாண்டுப் பயணத்தில் ஆற்றல்மிக்க கவிஞர்கள் என குறிப்பிட ஒரு ஐம்பது பேரையேனும் இப்பின்னணியில் வளர்ந்து வந்திருப்பவர்களாகக் கூற முடியும். இன்று தமிழில் கவிதையெழுத வரும் ஒருவர் பழந்தமிழ் இலக்கியங்களிலிருந்து

கவிதை பயணப்பட்டு வந்ததைக் குறித்த ஒரு பார்வையைப் பெற்று வருவது அடிப்படையானது போலவே பாரதி தொடங்கி பிச்சமூர்த்தி வழியாக வளர்ந்த நவீன கவிதைகள் குறித்த முழுப் பிரக்ஞையுடையவராக இருக்கும்போது தமிழ் நவீன கவிதை மேலும் உச்சங்களைத் தொட முடியும்.

சமகாலத்தில் நவீன கவிதைகளின் போக்கு எப்படி இருக்கிறது? நிறைகள், குறைகள் இரண்டையும் பேசலாம்.

நாங்கள் எழுத வந்த தொண்ணூறுகளில் அமைப்பியல் முதலான கோட்பாடுகளும், லத்தீன் அமெரிக்கப் புனைவுகளும் தமிழில் அறிமுகமாகிப் பரவலான தாக்கத்தை ஏற்படுத்தியிருந்தது. அதுவரையிலான இலக்கிய மதிப்பீடு படைப்பாளியை முதன்மைப்படுத்தியிருந்த நிலையில் இக்காலகட்டம் முதலாகப் படைப்பை மையப்படுத்திப் பார்க்கும் புதிய அணுகுமுறை தமிழ்ச் சூழலில் அறிமுகமானது. ரசனை பூர்வ விமர்சனங்களுக்கு மாற்றாக கோட்பாட்டுப் பார்வையின் குறுக்கீடு முக்கியத்துவம் பெற்றது. இது விமர்சனத்துறையைக் காட்டிலும் படைப்புரீதியாக ஒரு புதிய விழிப்புணர்வைக் கொணர்ந்தது. மீட்சியின் வாயிலாகவும் தொடர்ந்து உலக கவிதை மொழிபெயர்ப்புகளின் மூலமாகவும் பிரம்மராஜனின் பங்களிப்புகள் கவிதை உருவாக்கத்தில் உள்முகமாக ஒரு மாற்றுணர்வை ஏற்படுத்தவே செய்தது. கவிதைகளில் கதைத்தன்மையும் கனவுத்தன்மையும் கூடிய படிமமாக்கப்பட்ட மிகுபுனைவம்சம் மிகுந்து கவிதைக்குப் புதிய தளமமைத்தது. இத்துடன் பெண்ணியத்தை அழுத்தமாக வெளிப்படுத்திய பெண் கவிஞர்களின் வரவால் கவிதை மொழியின் தன்மையில் அசைவு ஏற்பட்டது. கூடவே தலித் அரசியல் வெளிப்பாடுகள் கவிதைகளின் சமூகப் பார்வைக்கு அழுத்தம் தந்தன. கவிஞர்களை முன்வைத்து வகைப்பட்டிருந்த தமிழ்க் கவிதை இன்று புதிய போக்குகளை உள்வாங்கிக்கொண்ட பல கிளைகளாகப் பரிமாணம் பெற்று வளம் கண்டுள்ளது. ஒவ்வொரு கால் நூற்றாண்டிலும் கவிதையரவு தோலுரித்துப் பொலிவடைந்தவாறு உள்ளது. இன்று அச்சு ஊடகம் மின் ஊடகமாகப் பிறழ்ந்ததில் கவிதையும் அன்றாடம் பகிரப்படும் செய்தியளவுக்கு மலிவாகியிருக்கிறது. நாங்கள் எழுதவந்த காலத்தில் ஒரு கவிதையை இதழுக்கு அனுப்பிவிட்டு அதன் தேர்வுக்கும் பிரசுரத்திற்கும் காத்திருப்போம். நிராகரிக்கும் ஆசிரியர்களும் இருந்தார்கள். இன்று எவ்வளவு எழுதப்பட்டாலும் உடனுக்குடன் வெளிப்படுத்திக் கொள்ளும், வெளிப்படுத்த முடியுமென்பதாலேயே எழுதிக் கொள்ளும் சூழல் நிலவுகிறது. இச்சூழலின் விளைச்சலைப் பொருத்திருந்தே அறியமுடியும்.

வாழ்க்கையில் லௌகீகப் போக்குகள் கவிதையின் மீதான பித்தைச் சற்று குறைத்தது என்கிறீர்கள்? இது எந்தளவுக்கு உங்கள் சமகால கவிதைகளில் தாக்கம் கொள்கிறது?

கல்லூரி நுழைவோடுதான் இலக்கிய வாசிப்பும் பரிச்சயம் ஆனது. ஒரு பக்கம் கல்வித்தகுதிக் கூடிக்கொண்டு வர இன்னொரு திசையில் கவிஞனாக உருவாகிக்கொண்டிருந்தேன். இலக்கிய வாசிப்பு சராசரி வாழ்வின் மீதான

எதிர்பார்ப்பை மட்டுப்படுத்தியிருந்தது. ஒரு கலைஞனாக மனம் போன போக்கில் ஊர்ச் சுற்றி, வாசித்து, அவ்வப்போது கவிதைகளை எழுதியும் கொண்டுமிருந்தேன்.

மேற்படிப்பில் சிரத்தைக் குறைந்தது. படிப்பை அடிப்படையாகக் கொண்ட வேலைவாய்ப்பின் மீது ஒவ்வாமை வந்தது. நான் எவரின் கீழும் ஊழியனாகப் பணியாற்றப் பிறக்கவில்லை என்றெல்லாம் நண்பர்களிடம் பிரகடனப்படுத்தியிருக்கிறேன். இதன் உச்சமாக என் முனைவர் பட்ட நெறியாளர் வீ.அரசு அவர்களிடம் எனக்கு டாக்டர் பட்டம் வேண்டாம் சார்; நான் ஊருக்குப் போகிறேன் என்று கூறிவிட்டு வீட்டுக்கு வந்து விட்டிருந்தேன். பின் ஏதேதோ குழப்பங்கள்; தெளிவுகள். முதல் காதலைத் தவறவிட்டதுபோல் இரண்டாவது காதலை தவிர்க்கக்கூடாத தவிப்புகள். கலையுலகில் மிதந்துகொண்டிருந்தவன், லௌகீக வாழ்வில் காலூன்ற வேண்டிய கட்டாயம். ஒரு கவிஞன் பலவித மனப் போராட்டங்களுக்குப் பின் கிரகஸ்தன் ஆக வேண்டிவந்தது. அப்புறமென்ன...அன்றாட வாழ்வின் கண்ணியிலிருந்து தப்ப முடியுமா என்ன?

திருமணத்துக்கு முன் “காலத்தின் முன் ஒரு செடி” தொகுப்பின் கவிதைகள் எழுதும் காலத்தில் அவற்றின் வாசகியாக இருந்த என் மனைவி என்னுடைய பல கவிதைகள் புரியவில்லை என்பார். முதல் தொகுப்பு வெளியீடும் என் திருமணமும் அடுத்தடுத்த நிகழ்வுகளாக ஏழு எட்டு மாத இடைவெளியில் நடந்திருந்தன. திருமணத்துக்குப் பின்புதான் இரண்டாம் கட்டமாக “ஏரிக்கரையில் வசிப்பவன்” தொகுப்புக் கவிதைகள் எழுதப்பட்டன. என் மனைவி முதல் வாசகியாக இருந்து புரியாத பகுதிகளைச் சுட்டவும், கவிதையின் முழுமை சிதைவுறாமல் சில திருத்தங்களில் அதை எளிதாக்கிக்கொள்வேன். ஒரு குடும்பஸ்தனாக மாறிய பின்பு அதற்கு முந்தைய என் விட்டேத்தியான மனநிலை பின்வாங்க நேர்ந்து தரையில் கால் பாவியதாய் என் கவிதைப்பயணம் தொடர்ந்தது. காலத்தின் கட்டாயமும் நெருக்குதலும் ஒருவிதத் தெளிவை ஏற்படுத்தின. இதனால் என் கவிதைத் தேர்விலும் பார்வையிலும் மொழியிலும் இயல்பாகவே ஒரு மாற்றம் கூடிவந்துவிட்டிருப்பதாகத் தெரிகிறது. கவிதையின் படிமங்களாகியிருந்த கனவம்சமும் புனைவம்சமும் மொழிச் சோதனையும் தணிந்து, நேரடியான, எளிய மொழியாலான, கவித்துவத்தை ஆதாரமாகக் கொண்ட கவிதைகளாக மாற்றம் கண்டிருக்கின்றன. இதை என் கவிதைகளின் அடுத்த கட்ட முதிர்வு நிலையாகவே கொண்டேன்.

பொதுச்சமூகத்தில் கவிஞன் என்பவன் சினிமாவுக்குப் பாடல்கள் எழுதும் நபர் என்கிற அடையாளம் தான் அதிகம் இருக்கிறது. பொதுநீரோட்டத்தில் கலந்திட சிற்றிதழ்கள் வழியாக உருவாகி வந்த கவிஞர்கள் விரும்பவில்லை. ஒருவகையில் அவர்கள் அப்படியான சில முயற்சிகளைச் செய்திருந்தால் நவீன கவிஞர்களும் அவர்களின் கவிதைகள் இன்னும் அதிகமான வாசகர்களிடம் போய்ச் சேர்ந்திருக்கும் இல்லையா. பொதுச்சமூகத்திலிருந்து விலகியிருக்கும் சிற்றிதழ் மரபு சரியான ஒன்று என்று நினைக்கிறீர்களா?

பொதுச் சமூகத்தின் கலை, இலக்கிய ரசனையிலிருந்து சிற்றிதழ் மரபு நிச்சயமாக வேறுபட்டது. விலகியிருப்பதே அதன் தன்மையும் தனித்துவமும். சிற்றிதழ்களில் இயங்குவோரின் தேடல் படைப்பு சார்ந்த ஒன்று; வாசகனைத் தேடும் முயற்சியெதுவும் அங்கில்லை. சிற்றிதழ் வாசகனும் சிறந்த இலக்கியங்களைத் தானே தேடிச்சென்று வாசிப்பவன். வாசிப்பு அவனுக்கு ஒருவித வாழ்வியல். எதிர்காலத்தில் அவனே ஒரு படைப்பாளியாய் பரிணமிக்க உள்ளவன். பொதுவாசகன் வெறும் நுகர்வோன். விளம்பரப்படுத்திக்கொள்ளும் எழுத்தையும் எழுத்தாளனையும் மட்டுமே அவன் அறிவான். தம் படைப்பு தம்மையொத்த தேடலும் சிந்தனையும் மிக்கவரிடம் சென்றடைந்ததா; அவர்கள் பொருட்படுத்துவதாக உள்ளதா என்பதே சீரிய எழுத்தாளனின் கவலை. அவன் எழுத்தையும் வாழ்க்கையையும் வெவ்வேறாக நினைப்பதில்லை. தம் வருவாயுடன் படைப்புகளைத் தொடர்புபடுத்துபவன் கலைஞனாக இருக்க முடியாது; தொழில்முறை எழுத்தாளனாக இருக்கலாம். எவ்வளவுக்கு விற்றது என்பதெல்லாம் இரண்டாம் பட்சம். அதிக வாசகர்களுக்காக எழுத விரும்புகிறவன் வாசகர் எதை விரும்புவாரோ அதை எழுதி கேளிக்கையூட்டிக் காசாக்கும் கனவு கொண்டவராகவே இருக்க முடியும். ஒவ்வொரு காலத்திலும் புதுமைப்பித்தனும் கல்கியும் பிரம்மராஜனும் வைரமுத்துவும் வேறு வேறுதான். சீரிய படைப்பாளி தம் பங்களிப்பால் கலையை அடுத்த கட்டத்துக்கு நகர்த்தும் வேட்கையுடன் செயல்படுகிறவராகவே இருக்கிறார். வாசகனைக் குறித்த எதிர்பார்ப்பும் அவர்களைக் கூடுதலாக்கும் எண்ணமும் முயற்சியும் அவருக்கு ஏற்படுமானால் எதை உன்னதம் எனத் தேடி வந்தாரோ அந்த நம்பிக்கையோடும், எது தம் மனதுக்கு நிறைவளிப்பதாய் கருதி எழுதிக் கொண்டிருந்தாரோ அந்த எழுத்தோடும், எது வாழ்வுக்கு அர்த்தம் தரக்கூடியது என நம்பினாரோ அதனோடும் அவர் சமரசம் செய்து கொள்கிறார் என்றே பொருள்.

சராசரியான வாழ்வை எதிர்கொள்ளும் கவிஞன் ஒருவனுக்கு அகம் மற்றும் புறம் எவ்வளவு முக்கியத்துவம் வாய்ந்த ஒன்றாக இருக்கும்? அவன் நம்பும் கற்பனையும், படைப்புத் திறனும் அவனை எந்தளவுக்குக் காக்கிறது அல்லது சிதைவுகளை நோக்கித் தள்ளுகிறது?

எல்லா மனிதர்களையும் போல்தான் கவிஞனும் இச்சமூகத்தில் இயங்குகிறான். அவனுக்கும் குடும்பம் இருக்கிறது. அதை நடத்துவதற்கான வரும்படிக்கு எல்லோரையும் போலவே தொழில் பார்க்க வேண்டியுள்ளது. எல்லா சட்டதிட்டங்களுக்கும் காலத்திற்கும் கட்டுப்பட்டிருக்கிறான். திரைப்படங்களை நுகர்கிறான்; கிரிக்கெட்டை ரசிக்கிறான்; வாக்களிக்கவும் செய்யலாம். ஆனாலும் அவன் பிறிதொருவர் போல் அல்லாத அவர்களால் அறிய முடியாத கூடுதல் ஆன்மாவை உள்முகமாகக் கொண்டிருப்பவன். அதை எப்போதும் இயக்கத்தில் வைத்திருப்பவன். அதனுடன் தொடர்ந்து உரையாடுபவன். அதைக் கொண்டு அனைத்துடனும் உறவாடுபவன். இது சராசரி உலகியலுக்கு அப்பாற்பட்டது தான். பூமி அவ்வப்போது தமக்குத் தேவையான நன்னீருக்காக மறைமுகமான ஒரு செயல்முறையில் இருப்பது போன்றதே இந்த உறவாடல்.

வெப்பச்சலனம்; எதிர்பாராது எங்கோ ஒரு காற்றழுத்தம்; மேக நகர்வு; மின்னல்வெட்டு; இடிமுழக்கம்; அதனூடாகப் பெறும் மழைப்பொழிவு போன்றே அவ்வப்போது பரிசாகக் கவிதையைப் பெற்றுக்கொள்வதும். எனவே அவனது வீர்யமுற்ற ஆன்மாவின் மாற்றுருவே அல்லது உருமாற்றமே கவிதை. கவிதை ஒரு வகையில் அவனது கவசம். அதுவே அவனது தடயம். அவன் ஒரு கவிதையைத் திருப்தியுற எழுதி வெளிப்படுத்துகிறான் எனில் அதுவல்ல நிறைவு; அதற்கான கற்பனையில், தேடலில், காத்திருத்தலில், கிடைக்கப்பெறுவது என்னவென அறியமுடியாத திகைப்போடு இந்த வாழ்வில் ஒரே நேரத்தில் அகத்திலும் புறத்திலுமாக இரட்டைப் பயணத்தை மேற்கொண்டிருக்கிறானே அதுவே முக்கியம். ஒருவகையில் மாடுகளைப் பிடித்து வரப்பில் மேய்த்துக்கொண்டிருக்கும் அதேவேளையில் கையிலுள்ள புத்தகத்தை வாசித்து எதையோ பெற்றுக்கொள்வதை ஒத்ததே இதுவும். இதனால் பிறருக்குப் பலன் கிடைக்குமோ கிடைக்காதோ தெரியாது. நிச்சயமாக கவிஞனுக்கு வாழ்தலின் நிறைவும் மகிழ்வும் அர்த்தமும் கிடைக்கவே செய்கிறது.

தமிழ்ப் பேராசிரியராக இருப்பதும் நவீன கவிஞராக இருப்பதும் எவ்வளவு பொருத்தமான ஒன்றாக உள்ளது. இதன் மீதான மாற்றுக் கருத்துகளைக் கூடக் கேட்பதற்கு ஆர்வமாக உள்ளேன்.

ஆமாம், கல்லூரியில் பணிக்குச் சேர்ந்த புதிதில் இதுகுறித்து மிகவும் மகிழ்ந்திருந்தேன். வளரிளம் பருவ மாணவர்களிடையே நவீன இலக்கிய வாசிப்பில் பெற்றிருந்த அனுபவங்களையெல்லாம் பாடங்களினூடே பகிர்ந்து கொள்ளும் சூழல் எனக்கு நிறைவளித்த ஒன்று. ஒவ்வொரு வகுப்பிலும் வாசிப்பில் தேர்ந்த சிறந்த நவீன கவிதை ஒன்றை வாசித்துப் பகிர்வதை வழக்கமாகவே கொண்டிருந்தேன். பாடத்திட்டங்களில் நவீன இலக்கியத்திற்குப் போதுமான இடம் இன்னும்கூட அளிக்கப்பட்டிருக்கவில்லை. அப்படி வைக்கப்பட்டவை மேத்தாவையும் வைரமுத்துவையும் தாண்டியிருக்கவில்லை. இன்னும் மு.வ.வை நாவலாசிரியராகக் கற்பிக்க வேண்டியுள்ளது. இச்சூழலில்தான் சிறந்த சிறுகதைகள், நாவல்களையும் அறிமுகப்படுத்த என் வகுப்புகளைப் பயன்படுத்தினேன். ஆர்வம் கொண்ட மிகச்சிலர் வாசிப்புக்குள்ளும் படைத்தலுக்குள்ளும் வந்தார்கள்.அவர்களை ஒருங்கிணைத்து இசுலாமியாக் கல்லூரியில் கவிதைப் பயிலரங்கங்களை முன்னெடுத்தேன். அதன் மூலம் முக்கியக் கவிஞர்களை நேரில் அறிமுகப்படுத்தி உரையாடச் செய்ய முடிந்தது. அத்தகைய மாணவர்களை ஊக்குவித்துப் பயிலரங்குகளில் அவர்கள் எழுதி வாசித்தக் கவிதைகள் தொகுப்பாக நூலாக்கமும் பெற்றுள்ளன. சீ.கோவிந்தராஜ், ஆ.செல்வராஜ் போன்றோரின் கவிதைகள் புது எழுத்து இதழில் பிரசுரிக்கப்பட்டன. போகூழின் காரணமாகப் பிறகு வெவ்வேறு கல்லூரிகளுக்குப் பெயர நேர்ந்த போதும் இது தொடரவே செய்தது. இப்போது பணியாற்றும் கல்லூரியில் “நூல்வாசி” என்ற அமைப்பை ஒருங்கிணைத்து மாதமிருமுறை நவீன இலக்கியங்களை கவனப்படுத்துவதும், மாணவர்களின்

வாசிப்பனுபவத்தைப் பகிர செய்து ஊக்கமளிப்பதுமான நிகழ்வுகள் நடக்கின்றன. கொரானா பரவலாலும் என் உடல்நலக்குறைவினாலும் இடையில் செயல்பாடாது போய் இரண்டாண்டுகளுக்குப் பின் இப்போது மீண்டும் தொடர்கிறது. ஆனாலும் நிறைவின்மை அதிகம். ஐநூறு பேர்கள் பயில்கிற தமிழ்த் துறையில் இந்த மாதிரி விஷயங்களில் தொடர்ஆர்வம் செலுத்தும் பத்துபேரைக் கண்டடைவது அரிது. பொதுவாகவே இன்றைய மாணவர்களுக்கு தேர்வுக்குப் படிப்பதைத் தவிர வேறு வாசிப்பு அனுபவம் எதுவுமில்லை. இளமையில் ஊக்கப்படுத்தவும் ஈடுபடுத்தவும் வேண்டிய பள்ளிகளில் அதற்கான சிறு முயற்சிக்கும் இடமில்லாதபோது கல்லூரிகளில் நாம் எவ்வாறு வாசிக்கும் மாணவர்களைக் கண்டடைய முடியும்? இதன் காரணமாக இப்போது எனக்குள் மாணவர்களை முன்னிட்ட ஓர் அவநம்பிக்கை தோன்றியிருக்கவே செய்கிறது. இலக்கிய ஈடுபாட்டின் அடிப்படை அறிகுறி, வாசிப்பு ஆர்வமே. எழுதப் படிக்கத் தெரிந்த எல்லோருக்கும் அது கைவரப்பெறுவதாகக் கூறமுடியாது. அது ஒருவகையில் இயல்பூக்கத்துடன் தொடர்புடையது என்றே நம்புகிறவன் நான். அது சொல்லிப் பழக்கப்படுத்தும் ஒன்றாகவோ கட்டாயப்படுத்திக் கற்றுத் தரக்கூடியதாகவோ இருக்கவே முடியாது என்ற முடிவுக்கு வந்து நிற்க வேண்டியுள்ளது.

நல்ல கவிதை, மோசமான கவிதை, கவிதையாக மாறாத கவிதை என்றெல்லாம் பல்வேறு வகைமைகள் பேசப்படுகிறது. சரி உண்மையில் நல்ல கவிதை என்பதென்ன? எனக்குச் சிறந்தது என்று படுவது மற்றவர்களின் பார்வையில் மோசம் என்று படுகிறது. இத்தகைய முரண்பாடுகள் வழியாக உண்மையில் நல்ல நவீன கவிதைகளை ஒருவன் சென்றடைவது எப்படி?

ஒரு கட்டுரையாக எழுதினாலும் இந்தக் கேள்விக்குப் பதில் சொல்லமுடியுமா எனத் தெரியவில்லை. ஆனால் இதை வைத்துக் கொண்டு தொடர்புடைய சிலவற்றைக் கூற நினைக்கிறேன். ஒரு நல்ல கவிதையை ஒருவர் தம் வாசிப்பனுபவத்திலிருந்தே உணரமுடியும். இது ஒரு தேடல் கொண்ட தொடர்ச் செயல்பாடு.

அவ்வாறான வாசகன் அடையும் ஒவ்வொன்றிலும் திருப்தியுறாது அடுத்ததை நோக்கிப் பயணிப்பான். நான் கண்ணதாசன், வைரமுத்து, அப்துல் ரகுமான் என ஒவ்வொருவராகக் கடந்து வந்தே விக்ரமாதித்யனையும் ஞானக்கூத்தனையும் கலாப்ரியாவையும் அடைகிறேன். பிறகு அங்கிருந்து பிரம்மராஜனையும், ஆத்மாநாமையும் அறிகிறேன். பிறகே நகுலன், பிரமிள் என வந்து சேர்கிறேன். பள்ளிகளில் பயில வருவோருக்குப் பாடநூல்கள் நற்கருத்துக்களைப் போதிக்கிற பாடல்களைத்தான் கவிதைகளாக அறிமுகப்படுத்துகின்றன. அப்படியும் கவிதைகளைச் சொல்லித்தர உணர்வுமிக்க ஆசிரியர் வேண்டும். பிறகு திரையிசைப்பாடல்கள். பெருவாரியான சமூகம் இவற்றுடன் மட்டுமே தம் கவிதையார்வத்தைப் பூர்த்தி செய்துகொள்கின்றது. இன்றும் அடிப்படை வாசிப்பு ஏதுமின்றித் தன்னை ஒரு கவிஞனாக பாவிக்கும் கல்லூரி மாணவன் ஜி.ராஜேந்தர் தனமான எதுகைச் சொல்லடுக்கில் தன்

திறமையை மெச்சிக்கொள்வதை ஓர் ஆசிரியனாக எதிர்கொள்கிறேன். பேராசிரியர்களுக்கும்கூட சங்க இலக்கியம், அற இலக்கியம், காப்பியங்கள், பத்தி இலக்கியம் எல்லாமே கவிதைகள்தாம். அவர்களுக்குச் செய்யுள் வேறு; செய்யுளுக்குள் ஊடுருவி மிளிரும் கவித்துவக் கூறு வேறு என்பதைப் பிரித்துப் புரிந்துகொள்ள முடிவதில்லை. நல்ல அணிகளும், குறியீடுகளும், படிமங்களும் கவிதையின் அழகியலுக்கு அடிப்படையானவைதாம். இன்று நவீன கவிதை அவற்றையும் கடந்து அன்றாடம் எதிர்படும் காட்சியிலிருந்தே அரிதாகக் காணக் கிடைக்கும் மற்றொன்றை நம்மிடம் பகிர்ந்து கவிதையின் முழுமையை உணர்த்திவிடுகிறது. உபரியாக எதையும் வளர்த்தெடுக்காமல் கவித்துவத் தருணத்தை நேரடியாக வழங்கிவிடுகிறது. இது தேடிப் புதிதாகக் கண்டடைவது கிடையாது. ஏற்கனவே ஒன்றுள் மறைந்துள்ளதைத் திறந்துகாட்டுவது. சிறியதாகவும் எளிமையானதாகவும் இருந்து மிகச்சிறந்த கவிதையுணர்வை இவை ஏற்படுத்திவிடுவதைக் கண்டுணர முடியும். வாசிப்பில் அர்த்த அலைகளை உருவாக்கும் ஒரு சிறுகவிதை கடலாகிவிடுகிறது. சங்க இலக்கியத்தில் குறும் பாடல்களாக அமைந்த குறுந்தொகையில்தான் அதிக சிறந்த கவிதைகள் உண்டு. இருவரிகளைக் கொண்ட திருக்குறளில் வீர்யமான கவித்துவம் கொண்டவை பல. காளமேகத்தின் சிலேடைகள் மயங்கச் செய்யும் வித்தைகள் மட்டுமல்ல. உலகக் கவிதைகளில் ஜப்பானிய ஹைக்கூ கவிதைகள் குறுகிய வடிவில் அதிக கவித்துவத்தை நிரப்பியவை. பாரதியின் அக்கினிக்குஞ்சு போல பாரதிதாசனின் அழகின் சிரிப்பு காட்சிகளையும் குறிப்பிடலாம். பிரமிள், நகுலன், ஆத்மாநாம், விக்ரமாதித்யன், தேவதச்சன் போன்றோரும் தம் சிறிய எளிய கவிதைகளில்தாம் அதன் உச்சத்தைத் தொட்டிருக்கிறார்கள்.

ராணிதிலக் ஒரு நேர்காணலில் உங்கள் கவிதைகள் குற்றவுணர்ச்சியின்பால் உருவாகுபவை அதில் தத்துவமும் இயற்கையும் உண்டு. அதிலிருந்து எழும் கனவுகளும் கற்பனைகளும் என்னிடத்தில் இருக்கின்றன என்கிறார். இதை எப்படி எடுத்துக் கொள்கிறீர்கள்? இருவருக்கும் இடையான உறவின் மீதான படிநிலைகளை எப்படி எங்களுக்கு எடுத்துச் சொல்வீர்கள்?

நாங்கள் எழுதத் தொடங்கிய ஆரம்பகாலத்திலிருந்து நட்பில் இருக்கிறோம். முதன்முதலில் தொண்ணூறுகளின் பிற்பகுதியில் பேர்ணாம்பட்டில் அழகிய பெரியவன் ஏற்பாடு செய்திருந்த நிகழ்வில் அறிமுகமாகிறோம். அன்றே பலகாலம் பழகியிருந்த இயல்பில் என்னோடு என் ஊருக்கு வந்து விட்டான். அன்று முதல் இன்று வரை சிற்சில பிணக்குகளும் இடைவெளிகளும் நேர்ந்தனவெனினும் தொடர்ந்து நண்பர்களாக இருக்கிறோம். ஆமாம் என் மனசாட்சியிடம் பேசிக்கொள்வதையெல்லாம் அவனிடம் பேச முடியும் என்ற அளவுக்கு ஆத்மார்த்தமான நட்புடன். அதனால்தான் குற்றவுணர்வு குறித்த பேச்செல்லாம் வந்திருக்கக்கூடும். என்னுள் குற்றவுணர்ச்சி ஏற்பத்திய, பொதுவெளியில் பகிர விரும்பாத பலவற்றை அவனிடம் ஓர் இலக்கியப் பிரதியாகப் பகிர்ந்து கொண்டிருக்கக்கூடும்.

கவிதை எழுதுகிற மனநிலையை உருவாக்குவதில் மனநிறைவுகளைவிட மனஅவசங்களுக்கு அதிகப் பங்கிருப்பதாக நினைக்கிறேன். குறிப்பாக மது அனுபவங்கள் உள்ளிருக்கும் கசடுகளாலான துயர வெளியைக் கிளறிவிட்டுத் தீவிரப்படுத்தக்கூடியவை. அவற்றைக் குறித்து அளவளாவும் தத்துவார்த்தத் தருணங்களாக அவை இருந்திருக்கக்கூடும். எங்களிடையே உரையாட வேறு விஷயங்களே இல்லை என்கிற மாதிரி கலை இலக்கியங்கள் குறித்தும் தொடர்புடைய மனநிலைகளையும் பேசிக்கொண்டிருப்போம். கவிதைகள் வாசிப்பது, விவாதிப்பது, எழுதுவது, திருத்தங்கள் செய்துகொள்வது, இதழ்களுக்குத் தருவது என ஒரே ரசனையின் இருவேறு முகங்களாக செயல்பட்டுக்கொண்டிருந்தோம். அவன் சென்னைப் பல்கலைக்கழகத்தில் முனைவர் பட்ட ஆய்வாளராக இருந்ததாலேயே நானும் அதற்கான உந்துதல் பெற்றேன். ஆய்வு மாணவர்களான நாங்கள் இக்காலகட்டத்தை முழுமையாக கவிதையுலகுக்கே அர்ப்பணித்திருந்தோம். கல்வித்துறை சார்ந்த ஆய்வுச் சடங்குகளை முழுமையாக வெறுத்திருந்தோம். ஆய்வுப் போக்குக் குறித்து எப்போதும் உரையாடிக்கொண்டதாகவோ கவலைப்பட்டதாகவோ நினைவில்லை. அந்த உலகம் சகிக்கமுடியாததாகவும் விரும்பத்தகாததாகவும் ஆர்வமூட்டாததாகவும் இருந்தது. நெருக்கடி வரும் சந்தர்ப்பங்களில் மட்டுமே பல்கலைக்கழகம் போய் வருவோம். எங்கள் நெறியாளர்களும் (வீ. அரசு மற்றும் இ.சுந்தரமூர்த்தி) எங்களை எங்கள் போக்கில் விட்டிருந்தார்கள். கல்வித்தகுதி வழி பெறப்போகும் வேலைவாய்ப்புக் குறித்த சிறு எதிர்பார்ப்பையும் அப்போது நாங்கள் கொண்டிருக்கவில்லை. இருவரும் நிறைய ஊர் சுற்றினோம்; மூத்த கவிஞர்களைச் சந்திக்கச் சென்றோம்; கேள்விப்பட்டிருந்த கிடைத்தற்கரிய நூல்களைத் தேடி நூலகங்களில் அலைந்தோம். அதிகம் வாசித்தோம். இலக்கிய நிகழ்வுகளில் பங்கேற்றோம்; சில நிகழ்வுகளை நாங்களே முன்னின்று ஒருங்கிணைத்தோம். கோணங்கியின் அறிமுகமும் நட்பும் இன்னும் எங்களை உற்சாகப்படுத்தியிருந்தன. அவருடனும் சேர்ந்து திரிந்தோம். தொடர்ந்து வட தமிழகத்தில் நவீன இலக்கியப் பிரக்ஞையுடைவர்களோடு தொடர்பு ஏற்படுத்திக் கொண்டு இயங்கினோம்.

இரண்டாயிரத்தின் தொடக்கத்தில் இருவருடைய முதல் தொகுதிகளும் வெளிவந்தன. அதற்குள் ஆய்வுப் படிப்பு ஐந்தாண்டுகளைக் கடந்திருந்தது. ஆய்வேடுகளை உடனடியாகச் சமர்ப்பிக்காவிடில் ரத்தாகும் சூழலில் வேகமாக ஒப்பேற்றிச் சமர்ப்பித்தோம். அதே வேகத்தில் நான் திருமணம் முடித்திருந்ததால் வேலை பார்க்கும் சூழலுக்குத் தள்ளப்பட்டேன். நான் வாணியம்பாடி இதுலாமியாக் கல்லூரியில் பணியில் சேர்ந்த நிலையில் அவனும் வேலூர் பள்ளி ஒன்றில் பணியேற்றிருந்தான். தற்காலிகப் பணிகள்தாம். அப்போதும் நிறைய கடிதங்கள் எழுதிக் கொண்டேயிருப்பான். வார இறுதிநாட்களில் சந்தித்துக்கொள்வோம். அதன் பிறகு நான் குடும்பத்துடன் சென்னையிலும் திருமணத்துக்குப் பின்பு அவன் அய்யம்பேட்டையிலுமாக வாழ்க்கை. ஆண்டுக்கு ஒரு முறை கூட நேர் சந்திப்பில்லாத கைபேசி நட்பில் இருக்கிறோம். கவிதை , இலக்கியம் என்று அவ்வப்போதான செயல்பாடுகளை,

வாசிப்பைக் குறித்து மட்டுமே பேசிக் கொள்கிறவர்களாகவே இப்போதும் இருக்கிறோம். திடீரென தொடர்பில்லாததுபோல சில மாதங்கள் கூட கடக்கும். எதிர்பாராது அழைத்துப் பரபரப்பாக எதையேனும் புதிதாகச் செய்துகொண்டிருப்பதைப் பகிர்வான். கும்பகோணவாசியான பிறகு அவன் பழம்பெரும் எழுத்தாளர்களின் படைப்புகளைத் தேடித் தொகுப்பது, மறு பதிப்புக் கொணர்வது என வேறொரு வேகத்தில் இயங்கிக்கொண்டிருக்கிறான். எப்போதும் அவன் என்ஞ்

மொழிபெயர்ப்புகள் மீதான ஆர்வம் அதிகம் என்கிறீர்கள். தமிழிலக்கியச் சூழலில் மொழியாக்கம் செய்யப்படும் மொழிபெயர்ப்புக் கவிதைகள் மீதான உங்களின் பார்வைகள் என்ன?

ஆங்கிலத்தில் வாசிப்புப்பழக்கம் இல்லாத நான் மொழிபெயர்ப்புகள் வழியேதான் தமிழுக்கு வெளியில் உள்ள சிறந்தவற்றைப் பெற்றுக்கொள்கிறேன். மொழி பெயர்ப்புகளின் தரம் குறித்தெல்லாம் நான் இரண்டாம்பட்சமாகவே கவலைப்படுகிறேன். எனக்குத் தேவை பழகிக்கிடந்தவற்றிலிருந்து தடம் மாற்றிப் புதியதைக் காட்டும் கவிதைகள். பெயர்க்கப்பட்டாலும் அது எனக்குத் தமிழ் வழியாக நெருக்கமாகிவிடுகிறது. சில உச்ச அனுபவங்கள் எனக்கு மொழி பெயர்ப்புகள் வழியே மட்டுமே கிடைத்திருக்கின்றன. தொடக்கத்தில் கவிதைகளைக் காட்டிலும் சிறுகதைகள், நாவல்கள் ஏராளமாக வாசிக்கக் கிடைத்தன. உண்மையில் மொழிபெயர்ப்பில் புனைவுகளை வாசிக்கும்போதும் நான் கவிதைகளை வாசிப்பது போன்றே கிளர்ச்சியடைகிறேன். மீட்சியின் டி.எஸ்.எலியட் சிறப்பிதழ் கந்தலாகும் அளவுக்கு மீண்டும் மீண்டும் வாசித்திருந்தேன். மீட்சி வெளியீட்டில் முதலில் வந்த பிரம்மராஜனின் ''உலகக் கவிதை'' பின்பு கூடுதலாக வந்த ''சமகால உலகக் கவிதை'' இரண்டுமே அவ்வக்காலங்களில் எனக்கு பெரும் உந்துதலைத் தந்துள்ளன. இன்றும் அலுக்காத, வாசித்துத் தீராத நூல்கள் அவை. மூாக் பிரெவரின், ''சொற்கள்'' தொண்ணூறுகளின் கவிஞர்கள் அனைவரையுமே பாதிப்புக்குள்ளாக்கும் அளவுக்கு எளிமையும் வலிமையும் மிக்கதாயிருந்தது. சி.மணி மொழிபெயர்ப்பில் வந்த ''தாவோ தே ஜிங்'', யுவன் சந்திரசேகரின் ஜென் கவிதை மொழிபெயர்ப்பு ''பெயரற்ற யாத்ரிகன்'' மற்றும் சத்யமூர்த்தி மொழிபெயர்த்த ரூமியின் கவிதைகள் ''தாகங் கொண்ட மீனொன்று'' ஆகியவை தத்துவத்தையும் ஞானத்தையும் தமிழ்க் கவிதைகளாய் உணரச்செய்த சாதனைகள். பிரம்மராஜனின் ''மெண்டல்ஸ்டாம் கவிதைகள்'', ''மிரோஸ்லாவ் ஹோலுப்'' சமீபத்திய நெருடாவின் ''கேள்விகளின் புத்தகம்'', ''மைக்கேல் ஒண்டாச்சி'' கவிதைகளின் அகன்ற பரப்பும் கூறுமுறைகளின் பரிசோதனை அம்சமும் தமிழ்க் கவிதையுலகுக்கு புதுமையையும் நுட்பத்தையும் ஆழத்தையும் கற்றுத் தரவல்லவை. சுகுமாரனின் பாப்லோ நெருதாவும் முக்கியமானது. ஜெயமோகனின் மொழிபெயர்ப்பிலான ''தற்கால மலையாளக் கவிதைகள்'' சராசரி நிகழ்வுகளின் வேறொரு பரிமாண அசாதாரணத் தன்மையைத் தொகுத்துத் தந்ததில் முக்கியமாகிறது. இத்துடன் ஒன்றுக்கு

இரண்டாகத் தமிழ் வடிவம் பெற்றுவந்த சச்சிதானந்தன் கவிதைகளும் ஆனந்தகுமார் தந்த குஞ்ஞுண்ணி கவிதைகளும் குறிப்பிடத்தக்கவை. சபரிநாதனின் மொழிபெயர்ப்பில் வெளிவந்த "உறைநிலைக்குக் கீழே" என்ற தாமஸ் ட்ரான்ஸ்ட்ரோமர் கவிதைகளின் தொகுப்பு மற்றும் கோணங்கி சமீப ஆண்டுகளின் கல்குதிரை இதழ்களில் கவனமெடுத்து வழங்கும் பிறமொழிக் கவிதைகள் புதிதாக எழுத வருவோருக்கு புது ரத்தம் பாய்ச்சக் கூடியவை. மேலும் பல நூல்கள் உண்டெனினும் பட்டியலாய் நீண்டு விடக்கூடாது என்ற நினைப்பில் அதிக தூண்டுதல் பெற்றவற்றையே இங்குக் குறிப்பிட்டிருக்கிறேன். இருப்பினும் க்ரியாவில் வந்த போதலேர், நாகார்ஜுனன் தந்த ரைம்போ கவிதைகளை நினைத்துக்கொள்கிறேன். எஸ்.வி.ஆர், யமுனா ராஜேந்திரன், இந்திரன் ஆகியோரின் பங்களிப்பை மறக்கவே முடியாது. மொழிபெயர்ப்புகள் நேரடியாகவும் மறைமுகமாகவும் தமிழ்க் கவிஞர்களைத் தூண்டவே செய்கின்றன. தமிழ்க் கவிதைகளின் போதாமைகள் குறித்த பிரக்ஞையையும் அது வழங்கக்கூடும். வேறுபட்ட ரசனை கொண்ட மொழிபெயர்ப்பாளர்களால் தேர்வு செய்யப்பட்ட தகுதியுடைய கவிதைகளே இதன்மூலம் கிடைக்கின்றன. இருண்மை தன்மை மிகுந்து புரிதலில் தடை ஏற்படுத்துபவை, மொழிச்சிடுக்குகளால் தெளிவற்றவை, உரிய கவியெழுச்சித் தராத சாதாரண கவிதைகள் போன்றவை அடிப்படையிலேயே தவிர்க்கப்பட்ட பிறகே நமக்குப் பொருக்கு விதைகளாக கிடைக்கின்றன. தேர்ந்தெடுக்கப்பட்ட பிற மொழிக் கவிதைகளை மொழிபெயர்ப்பின் வழியே பெற்றுக்கொள்வதன் மூலம் உலகலாவிய ஒரு கவித்தன்மையை தமிழ்க் கவிதைகள் பெற்றுக்கொண்டுள்ளன என்பது என் எப்போதுமான நம்பிக்கை.

நிலப்பரப்பின் மீதான பற்று என்பது கவிஞனுக்கு அவ்வளவு முக்கியமான ஒன்றா என்கிற கேள்வி என்னுள் எழுகிறது. நவீன வாழ்வில் நிலம் என்பது ஒருவனுக்கு நிலையான ஒன்றாக இல்லை தானே, அதே மாதிரி இந்த மொழிப்பற்று, இனப்பற்று, தேசியப் பற்று மாதிரி இந்த நிலப்பற்று கூட வலதுசாரி சிந்தனையின் அளவுகோல் மாதிரி இருக்கிறதே?

நாம் ஒவ்வொருவரும் பிறந்து வளர்ந்த நிலப்பரப்பை ஒரு மரத்தின் வேர்போல உணர்வுகளால் பற்றிக்கொண்டுள்ளவர்கள்தாம். ஒரு கிராமத்தானாக -மேலும் கவிஞனாக - மண்ணின் மக்களோடும் வாழ்வோடும் மொழியோடும் பிணைப்பைக் கொண்டிருக்கிறேன். அதன் சாராம்சம் என்னையும் மீறி என் கவிதைகளில் படிவதை விரும்பவே செய்கிறேன். வட்டார எழுத்தாளனைப் போன்று ஆவணமாக்கும் தேவையோ ஆர்வமோ இல்லையெனினும் அதனினும் நுண்மையான அளவில் ஒவ்வொன்றும் எனக்குப் பயன்படுகின்றன. கவிதைகளின் பாடுபொருள் பிரபஞ்சத்தைத் தாண்டிய எல்லையின்மை கொண்டதெனினும் அது ஒரு விதையைப்போல் திரண்டிருக்கும் உள்ளிலிருந்தே பரந்து விரியும் தன்மையுடையது. அந்த விதை நிலப்பரப்பின் ஆதாரத்தில் விளைந்து வந்ததல்லவா? ஒன்றைச் சொல்கிறேன். நிலவு, இந்த உலக நிலப்பரப்பில் எங்கிருந்து பார்த்தாலும் அதே நிலவுதான்.

ஆனால் என் நிலப்பரப்பிலிருந்து பார்க்கும் நிலா மட்டுமே எனக்கு கூடுதல் நெருக்கமாயிருக்கிறது என நான் கூறினால் நீங்கள் உணர்ந்து கொள்கிறீர்களா? எங்கள் நிலப்பரப்பின் நாற்புறம் மலைகள் சூழ்ந்துள்ளன. நிலப்பரப்பு எனில் என் ஊர் மட்டுமல்ல. அது இம்மலைகளுக்கிடையிலான 20 – 30 கிலோமீட்டர் பரப்பளவில் உள்ள 20 – 30 கிராமங்களை உள்ளிட்டதாக இருக்கலாம்.

என் அம்மாவைப் போல வேறொருவர் எனக்கு அம்மாவாக முடியாது என்பதுபோல, என் வீட்டைப் போல இன்னொருவர் வீடு எனக்கு வீடாக முடியாது என்பது போலவும் என் ஊர் சார்ந்த நிலப்பரப்பு பிரிதொன்றால் ஈடு செய்யவே முடியாது என்றே நினைக்கிறேன். எங்கு போனாலும் வீட்டுக்குத் திரும்புவது என்றிருக்கிறதல்லவா? அதிலுள்ள ஒரு நிம்மதிக்கு வேறொன்று மாற்றாகுமா? பிறந்து வளர்ந்த மண்ணிலிருந்தே நாம் வாழ்வின் ஒவ்வொன்றையும் அடிப்படையாகப் பெற்றிருக்கிறோம். அதைத் கொண்டே பயணியாகவோ வேறெங்கோ வாழ நேரும்போதோ புதிய அனுபவங்களை இளமையின் நினைவுவழி சமன் செய்துகொள்கிறோம். உறவுகள், மொழி, உணவு, இயற்கை சார்ந்த மலைகள், ஏரி, வயல்வெளி, மரங்கள்...போல. நீண்ட காலமாய் ஓர் இடத்தில் நம் பார்வையில் நிலைத்திருந்த ஒரு மரம் திடீரென்று காணாமல் ஆகும்போது அந்த வெறுமை நம்மை பாதிக்கிறது. என் நிலப்பரப்பில் நான் எவ்வளவு தனியாக இருக்கும்போதும் பாதுகாப்பாகவே உணர்கிறேன். ஆனால் இதன் எல்லைத் தாண்டி வேறெங்குச் சென்றாலும் பெறும் “வெளியில்” உள்ள உணர்வைத் தவிர்க்க முடிவதில்லை. இவற்றையெல்லாம் என் அனுபவப் பின்னணியிலிருந்தே கூறுகிறேன். நீங்கள் “நவீன வாழ்வில் “என்று பிரயோகிக்கிறீர்கள். ஊரில் பிறந்து வளர்ந்து பள்ளிக்கு சென்று, மேற்படிப்புக்காக மட்டுமே நிலத்தை விட்டுப் பிரிதல் என்பதை அனுபவித்தவன் நான். மாறாக என் பிள்ளைகள் அவ்வாறான பின்னணி எதையும் பெறாதவர்கள். என் பணி நிமித்தமாக அவர்கள் பிறப்புடன் சம்பந்தமே இல்லாத எங்கெங்கோ தம் பிள்ளைப்பருவத்தைக் கடந்து கொண்டிருக்கிறார்கள். என் ஊர் என்பதால் மட்டுமே அவர்கள் ஊர் என்று ஆகிறதே தவிற வேறந்த பெரிய ஒட்டுதலும் அவர்களுக்கு இருக்க முடியாது என்றே தோன்றுகிறது. என் பேச்சின் இத்தனை பிடிமானத்தையும் அவர்கள் கொண்டிருப்பார்களா என்பது சந்தேகமாகவே உள்ளது. இயல்பாகவே வெகு வேகமாக எல்லா கிராமங்களும் நகரமயமாகிக்கொண்டிருக்கும் நவீன வாழ்வியலில் ஒரு பற்றுக்கும் இடமோ தேவையோ இருக்காது என்றே படுகிறது. அப்படியெனில் வருங்கால கவிஞனிடம் இவற்றுக்கு மாற்றாக இருக்கப்போவது எதுவென்ற வினாவும் எழுகிறது.

பணி நிமித்தமாகத் தற்போதும் வெளியூரில் வசிப்பதால் எங்கள் ஊருக்கு நானும் ஒரு விருந்தாளி ஆகிவிட்டேன். அவ்வாறு போகும்போது அதன் முகம், சிறிது சிறிதாக மாறிவருவதை உணர்ந்து இருக்கிறேன். என்னோடு பிறந்து வளர்ந்தவர்கள் அருகிவிட ஊர் எனக்கு அடுத்த தலைமுறையால் நிரம்பியிருக்கிறது. பல்லாண்டுகளுக்கு முன்பு ஆனந்தவிகடனில் வெளிவந்த

“என் ஊர்” என்ற கட்டுரையை இவ்வாறு முடித்திருந்தேன். இப்போது இந்த விஷயத்தோடு தொடர்புடையது.

‘கடைசியில் ஒரு மனிதன் போய்ச் சேருமிடம்
அவன் சொந்த கிராமமே
அவனுடைய அடுக்களையே
அவனுடைய மனைவியின் சமையலே
அந்திவேளையில் தன் வீட்டின் முன் இருந்தவாறு
தன் பேரனும் பக்கத்து வீட்டுக்காரியின் பேரனும்
மண்ணில் ஒருசேர விளையாடுவதைப் பார்ப்பதுவே’

என்ற டி.எஸ்.எலியட்டின் கவிதை வரிகள் போல, பணி ஓய்வுக்குப் பிறகு நிரந்தரமாக, நிம்மதியாகக் குந்தாணிமேட்டில் வாழ்வதையே மனம் எதிர்பார்க்கத் தொடங்கிவிட்டது!

நாற்பது வயதில் இருந்த இந்த ஏக்கம் இப்போதைய ஐம்பத்தைந்தில் தணிந்திருக்கிறது என்பதை ஆச்சர்யத்தோடு ஒப்புக்கொள்கிறேன்.

முதல் தொகுப்பு வெளிவந்து இருபது வருடங்களாகின்றன. இருபது வருடங்களுக்குப் பிறகும் இந்தத் தொகுப்பு நவீன கவிதைகளை நேசிக்கும் வாசகனாக என் மனதிற்கு நெருக்கமாக இருக்கிறது.

தற்போது மறுபிரசுரம் கண்டுள்ள காலத்தின் முன் ஒரு செடி தொகுப்பின் மீது நீங்களாகத் தொகுத்துக் கொள்ளும் கருத்துகள் முக்கியம் என்று நினைக்கிறேன். அதைப்பற்றி ஏதேனும் கூற இயலுமா?

பல்லாண்டுகளாக வாசகனாக இருந்து, முப்பது வயதுக்குக் பிறகே முதல் கவிதை எழுதத் தொடங்கி, அதன் பின் ஐந்தாண்டுகளாக எழுதிய கவிதைகள் தொகுக்கப்பட்டு 2002இல் என் முப்பத்தாறாவது வயதில் இந்த முதல் தொகுப்பு வெளிவந்தது. அச்சமயத்தில் தொகுப்பு வருவது குறித்துப் பெரிய ஆவலோ எதிர்பார்ப்போ இல்லை. நப்பாசையாக இருந்தது என்று வேண்டுமானால் சொல்வேன். எழுதிய கவிதைகள் ஒரு தொகுப்பளவுக்கு வரும் என்பதனால் அதைச் செய்யவேண்டி வந்தது. மனோன்மணியிடம் பேசிப் புது எழுத்து மூலமாக வெளியிடலாம் எனத் திட்டமிட்டபோது அவர் ஏற்கனவே தொடர்ந்து இதழை வெளியிட்டுப் பணமுடையில் இருந்தார். எனவே நண்பர்களிடம் உதவி பெற்றுப் புது எழுத்து வெளியீடாகக் கொணர திட்டமிட்டோம். ஜீ.முருகன் முன்னெடுத்தார். எதிர்பார்ப்புக்கும் அதிகமாகவே நண்பர்கள் ஆர்வத்துடன் உதவினார்கள். இவ்வாறே புது எழுத்துப் பதிப்பின் முதல் நூலாக, காலத்தின் முன் ஒரு செடி வெளிவந்தது. பிரம்மராஜன் கணிசமான தொகை வழங்கியதோடு அச்சகம் வரை வந்து ஆலோசனைகள் தந்தார். 600 பிரதிகள் அச்சிட்டதில் நூறை மட்டும் நான் பெற்றுக்கொண்டு, மீதம் 500 பிரதிகளை விற்றுப் புது எழுத்து வளர்ச்சிக்கு நிதியாகப் பயன்படுத்திக் கொள்ளுங்கள் என மனோன்மணிக்கு தெரிவித்து விட்டேன். இரண்டு,

மூன்று ஆண்டுகளில் பிரதிகள் தீர்ந்தன. சிங்கப்பூர் நூலகத்துக்குக் கணிசமாக நூல்கள் வாங்கினார்கள் என அறிந்தேன். தொகுதிக்கு வரவேற்பு இருந்ததால் பரவலான வாசக கவனத்தைப் பெற்றிருந்தது. பின்பு நண்பர்கள் பலர் மறுபதிப்புக்கொண்டுவர நினைவூட்டிக்கொண்டே இருந்தனர். என்னவோ அடிப்படையில் உற்சாகமில்லாமல் இருந்தது. இதோ இருபது வருடங்கள் கடந்துவிட்டன. இப்போது ஏதோ ஒரு உந்துதலில் இம்மறுபதிப்பு வேலை சாத்தியமாகியிருக்கிறது.

இத்தொகுப்பின் ஒவ்வொரு கவிதைக்கும் பின்னணியில் என் அனுபவ நிகழ்வு இருக்கிறது எனக் கூறினால் நீங்கள் வியப்படையக்கூடும். புறவெளியிலோ அனுபவ வெளியிலோ கண்டடைந்த ஒரு சம்பவத்தின் அகத்தூண்டல் பெற்றே உருவானவை பெரும்பான்மை. கவிதையாகக் கண்டடைந்ததை நவீன கற்பனாவாதமாக ஆக்கிக்கொண்டிருக்கவும் கூடும் என்று நினைக்கிறேன். அமைதியான மொழியைத் தவிர்க்கவோ அல்லது மொழியமைதியைக் கலைக்கவோ முயலும் விருப்பத்தைக் கவிதைகளின் நடையில் முயன்றிருப்பதாகக் கூறுவேன். புற கவனிப்புகளை முற்றிலும் தவிர்த்த நிலையில், (சில காதல் சொல்லாடல்களைத் தவிர்த்து) அகவனுபவத்தில் கவிதைசொல்லியே முதன்மை வகித்துள்ளதாகவும் தோன்றுகிறது. அவனுக்கு அவனே முன்னிலை படர்க்கை எல்லாமும்... இந்த முதல் தொகுப்புப் பரவலான கவனிப்புப் பெற்றதெனினும் அடுத்து எழுதும் கவிதைகள் மொழியாலும் பொருண்மையாலும் அதன் தொடர்ச்சியாக இருந்துவிடக்கூடாது என நான் என்னை மீட்டுக்கொண்டு அதிலிருந்து வலுக்கட்டாயமாக வெளியேறி வந்திருப்பதாகவும் தெரிகிறது.

காலத்தின் முன் ஒரு செடி தொகுப்பிலிருக்கும் கவிதைகளை இப்படித் தொகுத்துக் கொள்ளலாம் என்று நினைக்கிறேன். தனிமை மீது பித்தேறி அலையும் மனிதன் ஒருவனின் கண நேர மயக்கங்கள், அவனுக்கு அதீதமான தவிப்பை எப்போதும் தந்துவிடும் தனிமையின் அத்தனை சுவைகளையும் பேசும் பல்வேறு கவிதைகள். தனிமை மீதான அன்றிருந்த மயக்கங்கள் தற்போது விலகி உள்ளதா அல்லது இன்னும் கூடியுள்ளதா?

சரியாகத்தான் கூறுகிறீர்கள். ஆனால் நான் என்னை, என் கவிதைகளை இப்படிப் பகுத்தோ தொகுத்தோ கொண்டது கிடையாது. ஆனால் உணர்ந்திருக்கிறேன்; தனிமையும் அதைத் தீவிரப்படுத்தித் தரும் மனநிலைகளையும். சிறுவயதிலிருந்தே வாசிப்புப் பழக்கத்துக்கு ஆட்பட்டிருந்ததால் என் தனிமை நாட்டமே அதன் பால் என்னைச் செலுத்தியிருக்கக்கூடும். அல்லது வாசிப்பின் ருசிதான் என்னைப் பிறவற்றிலிருந்து பிரித்து தனிப்படுத்தியதோ என்றும்கூட நினைக்கிறேன். இவ்விதம் தனிமையில் நாட்டம் கொள்ள என் தாழ்வுமனப்பான்மைக்குப் போதிய பங்கிருந்திருக்கலாம். அது என்னை ஊமையாக்கிவிடவில்லை என்பது என் நல்லூழ். தொடர்ந்து அகவயமாக உரையாடுவது எழுதும் செயற்பாட்டில் ஈடுபடும் ஒவ்வொருவரின் அடிப்படையுமாதலால் தனிமையே அதன் மேடையாகிறது. அது சூழ்ந்திருப்போரை விடை தந்து அனுப்புவதாலோ

அல்லது கூட்டத்திலிருந்து நாம் விலகி வருவதன் மூலமாகவோ நாம் உருவாக்கிக் கொள்ளும் ஒன்றல்ல. எவ்வளவு கூட்டத்திலும்கூட மனநிலையில் தனிமையாக இருப்பது. அப்படி இருக்கும் ஒருவனுக்குள்தான் படைப்புத் தேடல் எப்போதும் உயிர்க் கொண்டிருக்கக்கூடும். அதை நான் ஒரு போதும் கட்டாயமாக்கிக்கொண்டதில்லை. நீங்கள் சொல்வதுபோல நான் அதன் மீது மயக்கம் ஏதும் கொண்டிருக்கவில்லை. தனிமை எனது இயல்பூக்கமாகவே இருந்திருக்கிறது. இதைத்தான் நகுலன், ''தனியாக இருக்கத் தெரியாத- இயலாத ஒருவனும் ஒரு எழுத்தாளனாக இருக்க முடியாது'' என்றுணர்ந்திருக்கக்கூடும். தனியாக மலைகளுக்குச் செல்லுதல் என் விருப்பங்களில் ஒன்று. அப்புறம் தனியாக பயணிப்பதும். திரையரங்குகளில் மொத்தப் பார்வையாளரும் கைதட்டி சிரித்துக் களிக்கும் காட்சியின்போதும் நான் சிரிக்காமல் இருப்பதை உணர்ந்திருக்கிறேன்.அதுவும் என் தனிமைப்படுதலின் தடமே. இளமையில் வீட்டில் இருப்பது என்பதன் தேவை மிகக்குறைவு. அப்போது தனிமை கொண்டிருப்பினும் அது பிரச்சனைக்குரியதல்ல. இப்போது குடும்பம் உள்ளவனாக இருக்கையில் அவர்களூடாகவே நான் இருக்க வேண்டியுள்ளது. என் உடல்நலமின்மை என் தனிமைக்கு ஒரு வகையில் துணை புரிந்து கொண்டிருப்பதற்காக மகிழ்ந்து கொள்கிறேன். ஏனெனில் என் பணி நேரம் போக நான் படுக்கையறைலிருந்தே வாசிப்பது எழுதுவது எனத் தனியுலகத்தில் செயல்பட்டுக்கொண்டிருக்கிறேன்.

நள்ளிரவில் இயேசு இளம்பெண்ணை அழைத்துச் செல்கிறார் போன்ற சில கவிதைகள் தொகுப்பிலிருந்து பிரிந்து நின்று, வாசிக்கும் வாசகனுக்கு மிகச்சிறந்த அல்லது சிக்கலான அழகியல் அனுபவம் ஒன்றைத் தருகிறது. இந்தக் குறிப்பிட்ட கவிதை எழுதப்பட்ட அனுபவத்தின் பின்னணியை மட்டும் அறிந்துகொள்ள விரும்புகிறேன்.

ஏற்கனவே கூட இதைக் கூறியிருக்கிறேன். என் அடையாளமாகக் குறிப்பிடும் அளவுக்கு இது என் "Branded" கவிதைகளுள் ஒன்று என்று. நேரடியான எளிய மொழியில் எழுதப்பட்ட அபூர்வ அனுபவத்தை அடிப்படையாகக் கொண்டது. கவிதைசொல்லி தன்னை இளம்பெண்ணுக்கு மட்டுமின்றி வாசகனுக்கும் இயேசுவாகக் காணக் கொடுக்கும் அபயத் தருணத்தை மொழிப்படுத்தியது. முதல் தொகுப்பின் இறுதிக் கவிதைகளில் ஒன்றாக எழுதப்பட்ட இந்தக் கவிதையின் மொழித் திருகலற்ற வெளிப்படைத்தன்மையும் இதன் பரவலான கவனத்துக்குக் காரணம். அதனாலேயே கூட அடுத்த தொகுப்புக் கவிதைகளின் போக்குக்கே இது மறைமுக உந்துதலாகவும் இருந்திருக்கலாம். ஆனால் குறிப்பாக இந்தக் கவிதையைத் தொகுப்பில் சேர்க்கலாமா வேண்டாமா என ஜீ.முருகனிடம் ஆலோசிக்கிற அளவுக்கு இதன் மீது சந்தேகம் இருந்தது. எழுதும் கவிதைகள் இப்படி இலகுவான விளக்கக்காட்சியுடையதாக இருந்துவிடக்கூடாது என நான் அப்போது மெனக்கிடல் கொண்டிருந்ததேன். நள்ளிரவில் நகரத்திலிருந்து என் ஊருக்கு சைக்கிளில் திரும்பிய ஒரு தருணத்தில் நேர்ந்த அனுபவம்.

கவிதையில் உள்ள எல்லா உணர்வுகளும், அந்தப் பெண்ணின் கூற்று உட்பட உண்மையே. ஆனால் அன்று அது ஒரு கவிதைக்கான நிகழ்வாக எனக்குத் தோன்றியிருக்கவில்லை. நான்கைந்தாண்டுகளுக்குப் பின்பு அதே போன்ற நள்ளிரவில் அதே போன்று தனியனாக சைக்கிளில் திரும்பியபோது எதிர்பாராது அச்சம்பவம் நினைவெழுந்தது. இம்முறை கவிதைக்குரிய ஒரு நிகழ்வாக அதை உணர்ந்தேன். மனதில் கவிதையாகக் கோத்துக்கொண்டு வீட்டுக்கு வந்ததும் ஒரே மூச்சில் எழுதிமுடித்தேன். இந்த நேரத்தில் ஒன்று சொல்லத் தோன்றுகிறது. நிகழ்வின்போது கவனம் பெறாத சம்பவத்தின் சில கூறுகள் நினைவில் மேலும் கூர்மை அடைந்து முக்கியத்துவம் பெறுகிறது. இதை எழுதும் இத்தருணத்தில் அவ்விரவில் நிகழ்ந்த - ஆனால் கவிதையில் கூறப்படாத என் மனநிலையை இப்போது மீள்நினைவு கொள்கிறேன். நான் சைக்கிளில் ஏற்றிக்கொண்டதற்கும் அப்பெண் பேச்சினூடே ஏசப்பா மாதிரி வந்தீங்க என்று சொன்னதுக்கும் இடையே அதற்கு மாறான எண்ணவோட்டம் ஒன்று என்னுள்ளிருந்தது. அப்பெண் என்னை ஒரு புனிதனாக உருவகித்துக்கொண்டிருந்திருந்தவேளையில் நான் நேர்மாறான ஒரு கற்பனையின் கீழ்மையில் உழன்றிருந்ததை உணர்ந்த அந்தக் கணமே நான் பரிசுத்தனாக, அபயமளிப்பனாக மனமாற்றம் பெற்றிருந்தேன். இப்போது அந்தக் கவிதை எழுதப்பட்டிருக்குமெனில் வேறொரு பரிணாமத்தை அடைந்திருக்கக்கூடும்.

கவிதைகளில் எளிமை என்கிற சொல்லாடலை எப்படிப் பார்க்கிறீர்கள்?

முதல் தொகுப்பில் பெரும்பாலும் படிமம் அதிகம் பயன்படுத்தாமல் பல்வேறு அனுபவ கணங்களையும் நம்முள் தட்டி எழுப்பும் கவிதைகள் தொகுப்பில் உள்ளதால் இக்கேள்வியை முன் வைக்கிறேன். அதிகமாகப் பயன்படுத்தப்படும் படிமம் சார்ந்து உங்கள் கருத்துகளையும் எனக்குச் சொல்லலாம்.

கவிதையில் எளிமை என்பது கவிஞன் தான் கண்டடைந்த அனுபவத்தை எவ்வித சிரமமோ இடையூறோவின்றி வாசகன் அறியுமாறு உரையாடலின் போது பயன்படுத்தும் தொடர்பு மொழியை ஒத்ததான நேரடி மொழிவாகத் தெரியலாம். பரிமாற்றத்தின் எல்லைவரை கவிஞன் உடனிருந்து வாசகனிடம் கைமாற்றித்தருவது போன்றதாகவும் தோன்றக்கூடியது. வெறும் வாசகன், என்ன இருக்கிறது இதில் என அந்த எளிமையில் ஏமாற்றமடைவான். கவிஞன் தான் கூறவந்ததை எங்கு முடித்து வைக்கிறானோ அங்கிருந்தே அவன் கவிதையைத் தொடங்கியும் வைக்கிறான். தேடும் வாசகன் அதை லகுவாக அடைந்து விடுகிறான். ஒரு கருத்தை உரைநடையில் போன்று கவிதை பயன்படுத்தினாலும் அது கவிதை என்ற அளவில் மேலதிகப் பொருள்களை உடனிகழ்த்தவே செய்கிறது. இவ்வாறு சாதாரணமாகத் தோன்றும் எளிய கவிதைகள் அர்த்தப் பரிமாணங்களை உள்வைத்து முதல் வாசிப்பில் எளிதில் அடையக்கூடிய ஒரு கவித்துவத் தெறிப்பை மீறிய அசாதாரண அனுபவத்தை வழங்கக்கூடியதாக இருக்கும். சங்கக் கவிதைகள் எளிமையானவைதான். ஆனால் அங்குப் புரியாமையை ஏற்படுத்துவது வழக்கிலில்லாத மொழியும்,

உள்ளுறை, இறைச்சி உள்ளிட்ட அதன் கவிதைக் கோட்பாடுகள் குறித்த அறியாமையுமே.

இதுவேதான் இன்றைய படிமக் கவிதைகளிலும் நிகழ்கின்றது. வாசிப்புப் பழக்கத்தில் படிமத்தை உணரக்கூடியவர்கள் எளிதாக அதன் அழகியலை பெற்றுக்கொள்கிறார்கள். அப்பயிற்சியில்லாதவர்கள் படிமத்தையும் தடையாக உணரவே செய்வார்கள். படிமம், கவிதைகளில் உவமை, உருவகம், குறியீடு போன்று ஓர் அணியாக இன்றி முழுக்கவிதையையுமே வேறொன்றாக்கித் தரக்கூடியது. கவிதையில் இயல்பாக அது தேவைக்கு இடம்பெறும்போது ஒரு பொருள் மிடுக்குத் தோன்றுகிறது. உணர்ச்சி வேகத்தோடு உருவாகி வருகையில் அது கவிதையின் அழகியலை இன்னும் ஒளிபெறச் செய்கிறது. பிரமிள் கவிதைகளில் இதன் நடனத்தைக் காணமுடியும். தனிக் காட்சியைப் படிமமாக்கித் தரும்போது அது ஓர் உத்தியளவுக்கே வியப்பளிக்கக்கூடும். ஆனால் ஓர் அனுபவம் அல்லது நிகழ்வு படிமமாக வெளிப்படுமெனில் அதிலிருந்து கவிதையின் உச்ச அனுபவத்தைப் பெறமுடியும். நேரடிக் கவிதையாளர்களும் எதிர்க்கவிதையாளர்களும் உருவாகி வந்தபின்பு படிமம்கூட பின்னுக்குத் தள்ளப்பட்டதைக் காண்கிறோம். அவர்கள் கவிதைக்கு எதிரானவர்கள் அல்லர்; அதன் அலங்கார உபரிகளுக்கு எதிரானவர்கள் அவ்வளவுதான். சிறு அலங்காரமுமற்ற எளிய காட்சியனுபவங்களில் கூறும்முறையில் உயரிய கவிதையனுபவத்தை மட்டுமே வழங்க விரும்புகிறார்கள். இன்றைய கவிதையின் உண்மையான சவால் எளிமைதான்.

ஏரிக்கரையில் வசிப்பவன் உங்களின் இரண்டாவது கவிதைத் தொகுப்பு. முதல் தொகுப்பிலிருந்து இன்னும் வித்தியாசமான பாய்ச்சல்தான். முக்கியமாக அதில் வரும் அத்தனைக் கவிதைகளிலும் புனைவுகளுக்கான பல்வேறு சாத்தியங்கள் ஒளிந்திருக்கிறது என்றே கருதுகிறேன். என் கருத்து சரியா?

ஆமாம். ஏற்கனவே குறிப்பிட்டபடியே இரண்டாவது தொகுப்புக் கவிதைகளில் புற விஷயங்களில் ஆர்வம் கொள்பவனாக மாறியிருக்கிறேன். எப்போதும் போல ஒரு கவித்துவத் தருணத்திற்காகக் காத்திருக்கிறேன். கிடைப்பதை என்னுடைய அனுபவமாக்கிக் கலைப்பொருளாக்கும் கவிதைச் செயல்முறையில் புனைவின் துணையை ஏற்க வேண்டியிருந்திருக்கிறது. இதைத் திட்டமிட்டு மேற்கொண்டதாகக் கருதிவிடக்கூடாது. முதல் தொகுப்பின் நீட்சியாகவும் புனை கவிதைகளின் மீதான என் நம்பிக்கையின் வெளிப்பாடாகவும் கொள்ளலாம். மேலும் எழுதும் செயல்பாடு கவிஞனே எதிர்பாராத பலவற்றைத் தானாகக் கொணர்ந்து தருவது அவனுக்குக் கொடைதான். ஏரிக்கரையில் வசிப்பவன் தொகுப்பில் அதை என் எதிர்பார்ப்புக்கும் அதிகமாகவே பெற்றிருக்கிறேன்.

ஏரிகள், மலைகள், மலர்கள் ஏன் கற்கள் உட்பட இயற்கையின் அத்தனை வடிவங்கள், பல்வேறு கணங்கள் கூட இந்தத் தொகுப்பில் சிறப்பான

கவிதைகளாக மிளிர்கின்றன. அன்றும் இன்றும் இயற்கையுடனான உங்கள் உறவு எப்படி இருந்துள்ளது அல்லது இருக்கிறது?

கிராமவாசிகள் அனைவருமே இயற்கையின் அங்கமாகவே இருப்பவர்கள். அவர்களே இயற்கையின் வடிவம்தான். தம் இயற்கைப் பற்றைக் குறித்துக் கூற அவர்களிடம் ஏதும் இருக்குமா என்ன? கிராமவாசியான நான், இயற்கையின் மீது ஆர்வம் உள்ளவன் எனக் கவிஞனாக இருந்து கூறினாலும் மிகைதான். இயற்கையை மிக அடிப்படையாகக் கொண்ட சங்கக் கவிதைகளின் மாணவன் நான் எனினும் சங்கப்புலவனுக்குரிய எந்தக் கடப்பாடும் என் கவிதைகளை முன்வைத்து எனக்கில்லை எனக் கூறத் தோன்றுகிறது. என் இளமைத்தொட்டுப் படுக்கையிலிருந்தே மலைமீது நிகழும் சூர்யோதயத்தைப் பார்க்கும் பேறுபெற்றவன் நான். கதவைத் திறந்து வெளியே வந்தால் விரிந்த வயல்வெளி. பத்து நிமிட நடையில் ஏரிக்கரை. வழியெல்லாம் தென்னந்தோப்பு. அடைந்தால் அங்கிருந்து காண நான்கு திசைகளிலும் கோட்டை அரண்களாய் தூர மலைத் தொடர். என் ஊரைக் காட்டிலும் அதிக ஈடுபாடு கொண்ட என் பாட்டி வீட்டுக்குப் போனால் வீட்டருகே மலைகள். அங்கு நிலத்துக்கு மத்தியிலேயே குன்றொன்று உண்டு. விடுமுறைகளில் அந்த மலைகள் தாம் எங்களுக்கு பொழுதுபோக்குக் களம். வேறென்ன வேண்டும்.

கிராமத்திலேயே தொடர்ந்து நான் இருக்க நேர்ந்திடின்கூட இந்த ஈர்ப்புப் பெருகியிருக்காது. என்னுடைய கலையுணர்வின் லார்வா பருவத்தில் ஊரைப் பிரிந்து மாநகரவாசியாய் "மகாமசான"த்தில் வசிக்க நேர்ந்ததே கிராமத்தின் ஒவ்வொரு துகளோடும் என் பிணைப்பை நினைவில் மேலும் இறுக்கித் தந்ததாகக் கூறுவேன். அங்கும் தினந்தோறும் கடலைப் பார்ப்பதற்கான ஆர்வம் கொண்டிருந்தேன். கடற்கரையில் மட்டுமே என் இருப்பு இயல்பாய் இருந்தது. கடல் அவ்வளவு பெரிதென்றாலும் ஒருவகையில் எங்களூர் ஏரிக்கு மாற்றுதான். விரும்பி அடிக்கடி போகும் பிற இடங்களாகக் குன்றத்தூர் குன்றும், பரங்கிமலையும் இருந்தன. அதுவும் பௌர்ணமி நாட்களில் இவ்விடங்களுக்குச் செல்ல ஆர்வப்படுவேன். ஊரில் இருந்தால் பிறந்தநாள் போன்ற பிரத்யேகமான நாட்களில் மலைகளுக்குத் தனிமையில் செல்வதை விரும்புவேன். ஒரு மலையில் இருந்து கொண்டு இன்னொரு மலையில் மழை இறங்கி வருவதைப் பார்ப்பதற்கு நிகரான பெருமகிழ்வு நிகழ்வு வேறு இருக்குமா என்ன? தினந்தோறும் அந்தியில் தனித்திருக்க ஏரிக்கரைக்குச் செல்வேன். ஏரி நிரம்பியிருப்பதும் வறண்டிருப்பதும் ஒரு பொருட்டேயல்ல. அந்திக்குப் பின் பெருகும் இருளில் மதகில் அமர்ந்து அதன் விரிந்த வெளியோடும் நிசப்தத்தோடும் மூழ்கியிருக்கும்போது என்னைச் சூழவுள்ள ஒவ்வொன்றின் சாராம்சமாக ஒரு மையத்தில் குவிந்திருந்து, பின் கொஞ்ச கொஞ்சமாக முழுவதும் இயற்கையின் ஆதி வடிவில் கரைந்து போவதாக என்னை உணர்வேன். பின் மறுநாள் காலையில் துலங்கும் என் நிலப்பரப்பின் ஒவ்வொன்றிலும் என்னை உணர்வதான ஓர் ஐக்கியம், இயற்கையின் தொடர்பறுக்க முடியாத ஒரு புள்ளியில் துகளாக இருந்து

கொண்டே எல்லாவற்றின் மீதும் நான் படிந்திருப்பதான பேரனுபவத்தை நல்கக்கூடியது. மலையேறினால் சிறுகல், வனத்தில் நுழைந்தால் ஒரு மலர், நீருள் மூழ்கினால் மீன், காற்றில் மிதந்தால் பறவை, நிலத்தில் திரிந்தால் விலங்கென என்னை இயற்கையுள்ளும் எனக்குள் இயற்கையையும் போஷித்துக்கொள்கிற முறைமையில்தான் நான் கவிஞன்.

எளிய விவரணையோடு தொடங்கும் உங்களது பல்வேறு கவிதைகள் முடியும் தறுவாயில் முற்றிலும் வேறொரு அசாத்தியமான அடுத்த வடிவத்தில் போய் நிற்கிறது. எடுத்துக்காட்டு: மூன்று பாட்டிகள் போன்ற கவிதைகள். தற்போது எழுதப்படும் நவீன கவிதைகள் இப்படி இருக்கலாமே என்று கூடத் தோன்ற வைத்து விடுகிறது. கவிதைகள் அடையும் அசாதாரணமான தளம் உண்மையில் எப்படி அமைய வேண்டும்?

ஒரு கவிதைக்கான உந்துதலை எவ்வாறு தேடிச்சென்று அடையமுடியாதோ அப்படியேதான் எப்படித் தொடங்குகிறோம் எங்கு முடிக்கிறோம் என்பதும் நம் தீர்மானத்துக்கு அப்பாற்பட்டதே. ஆனால் வாசிப்பின் ரசனையில் நம் ஆழ்மனம் சேகரித்துக்கொண்ட கவிதையின் அளவுகோல், படைப்பின்போது மறைமுகமாக செயலாற்றுகிறது என்பதை நம்புகிறேன். என்னளவில் ஒரு கவிதை ஓர் ஓடையைப் போல் மெதுவாகத் தொடங்கி அருவியைப்போல் உந்துதல் மிக்க ஒரு விசையாக நிகழவேண்டும். இணையாக ஒரு பாலியல் நிகழ்வைப்போல் என்றும்கூட குறிப்பிட விரும்புகிறேன். கட்டாயமில்லையெனினும் ஒரு கவிதை சிறுகதையின் முடிவைப் போல் முத்தாய்ப்புக் கொள்வது அதைச் சிறக்கவே செய்யும். அப்போதே அது வாசகனில் ஒரு தூண்டலை நிகழ்த்தும். முதல்வரி பொருத்தமாக அமைந்துவிட்டால் அடுத்த வரிகளை ஒரு கவிதை பொருத்தமான சொற்களோடு தானே வளர்த்தெடுத்துக் கொள்கிறது. அதன் ஓட்டத்தில் முன் யூகித்திராத முடிவையும் கவிதையே தேர்ந்தும் கொள்கிறது. கவிஞனுக்கும் சக மனிதர்களைப் போலவே சாதாரண கண்களே உண்டெனினும் காணும் ஒவ்வொன்றையும் அவன் கொடையாகக் கிடைத்திருக்கும் கலைப்பார்வையாலே காண்கிறான். அந்தக் கலைப் பார்வைதான் பிறருக்குச் சாதாரணமாகத் தோன்றக்கூடிய ஒன்றுக்குள் உள்ள அசாதாரணத்தைக் கவிஞனுக்குக் காட்டித் தருகிறது. பின்பு அவன் தன் கற்பனை மற்றும் உணர்ச்சியால் கவிதை எனும் கலைப்பொருளாக அதை செதுக்கித் தரும்போது தேடல் கொண்ட வாசகனுக்கு மாத்திரமே கவிஞன் கண்ட அசாதாரணம் காணக் கிடைக்கிறது. பிறருக்கோ அது உணர்வெதையும் எழுப்பாத வெறும் காட்சி அல்லது சொற்கள்தாம்.

இருளுக்குப் போவது அல்லது வெளிச்சத்திற்குப் போவது இவை இரண்டையும் பொதுவாக உங்கள் கவிதைகள் தவிர்க்கின்றன என்று எனக்குள் ஒரு முன் முடிவு இருக்கிறது. அது சரியா தவறா?

இதைக் கடந்தகாலத்திற்குள் உழல்வது அல்லது எதிர்காலத்துக்குள் நுழைவது என்பதாகப் புரிந்துகொள்கிறேன் அல்லது எடுத்துக்கொள்கிறேன்.

அப்படியெனில் சரிதான். சிறந்த கவிதைகள் எப்போதும் நிகழ்காலத்தில் இயங்கும் தன்மை கொண்டவையாக உள்ளன. குறிப்பாக நிகழும் தற்கணங்கள் கவிதைக்கு முக்கியம். கவிஞன் தான் கண்டடைந்த ஒரு கவிதைக்கான பொருள் இறந்தகாலத்ததுவாகிவிட்டபோதிலும் அதைக் கவிதையாகப் படைக்கையில் அதை உணர்ந்த நிகழ்காலத்தையே தம் கவிதைக்குள் வைக்கிறான். அதன்மூலம் அது என்றென்றைக்குமான நிகழ்காலத்தின் கவிதையாகிவிடுகிறது. கவிதையின் சிறந்த தன்மைகளுள் இதுவும் ஒன்று. அதனால் இறந்தகாலப் புலம்பலையோ எதிர்காலக் கனவையோ வைத்தெழுதப்படும் கவிதைகள் கவிதைகளாகக் கணக்கிலெடுக்க முடியாத தன்மையைப் பெற்று விடுகின்றன. அதனால்தான் வரலாற்றில் கற்ற பாடத்தைக் கருத்தாக ஆக்கி எழுதப்படும் அரசியல் கவிதைகளிலோ, எதிர்கால வாழ்வை வென்றெடுக்க வழி சொல்லும் தன்னம்பிக்கை கவிதைகளிலோ கவிதையைத் 'தேட' வேண்டியிருக்கிறது. ஒரு மனிதனாக நான் கடந்தகாலத்தின் நினைவுகளுக்கும் வருங்காலத்தின் கனவுகளுக்கும் இடையே அல்லாடுபவன்தான் எனினும் கவிஞனாக நான் எப்போதும் நிகழ்காலத்தின் குழந்தையே.

உங்களின் பல்வேறு கவிதைகளில் ஜென் கவிதைகளின் பாதிப்பு அதிகம் உள்ளது என்று நினைக்கிறேன். (பந்து பற்றிய நினைவு என்கிற கவிதை மிகச்சிறந்த ஒரு எடுத்துக்காட்டு) ஒவ்வொரு கணத்திலும் வாழ்தல் என்பது கவிஞனுக்கு எவ்வளவு முக்கியமான ஒன்றாக இருக்கிறது?

இதைக் கடந்த வினாவின் தொடர்ச்சியாகவே எடுத்துக்கொள்கிறேன். எனக்கு ஜென் தத்துவத்திலும், கவிதைகளிலும் நாட்டம் உண்டு. ஆனாலும் முறையாகப் பயின்று தொகுத்துக் கொண்டவனில்லை. என் தனிமை நாட்டமே என்னை ஜென்னுக்கு அருகில் நகர்த்தியிருப்பதாக நம்புகிறேன். ஆர்ப்பரித்துக்கொண்டிருக்கும் பெருந்திரளில் இருந்து கொண்டு அவற்றினூடாகச் சலனமற்று நிசப்தத்துடன் உள்ள ஒன்றிலோ அல்லது அமைதி உறைந்து கிடக்கும் தனிமை வெளியில் சிறு அசைவை நிகழ்த்தும் உயிர்ச்சலனத்திலோ என்னை ஈடுபடுத்த முனைவதையே நான் என்னுடைய 'ஜென்'னாகக் கருதுகிறேன். என்னுடைய தொடக்கக் காலக் கவிதைகளான ஆழ் மாற்றம், யாத்ரீகன், இளைப்பாறல், என்இன்உம் போன்றவை ஜென் மனநிலையில் உருவானதாகவே தெரிகிறது. "பயணம் மாத்திரம் உண்டு, பயனென் றெதுவும் இல்லை". இது ஜென் உணர்விலான மனநிலையா எனத் தெரியாது. முப்பது வயதில் துறவியாகும் அகவிருப்பத்தை அந்தரங்கமாகக் கொண்டிருந்தேன். குன்றத்தூர் கோயில் படிக்கட்டில் துவராடைத் தரித்த யாசகர்களோடு கையேந்தாமல் முழு நாளும் அமர்ந்திருந்திருந்தேன். இவ்வகையில் கற்பனையில் எனை அழைக்கும் மையமாகத் திருவண்ணாமலை இருந்தது. சமூகத்திலிருந்தும் என்னிலிருந்தும் விலகி நிற்கும் இத்தன்மையை வாசிப்பின்வழி வேறு வகையான புரிதலாக உள்வாங்கிக்கொண்டேன். ஆரம்பகாலத்தில் நான் வாசித்ததில் என்னைப் பெரிதும் கவர்ந்த ஜே.கே., ஓஷோ போன்றோரின் சிந்தனைகளுக்குப் பெரும் பங்கிருப்பதாகக் கருதுகிறேன். இவ்வகையில் 'தோரோ'வை மிகச் சிறப்பாகக் குறிப்பிட விரும்புகிறேன்.

ஒவ்வொரு கணத்திலும் வாழ்தல் என்பது எவருக்கும் கூடுமானால் அது வாங்கிவந்த வரமாக இருக்க வேண்டும். நான் அவ்வாறானவனா அல்லது அதை விரும்புகிறவனா அதற்காக முயற்சிப்பவனா என்று வினவிக் கொள்கிறேன். ஆனால் வாழ்வின் பெரும்பான்மை நேரங்களில் நான் ஒரு கவிஞனாகச் சிந்தித்துக்கொண்டிருப்பவன், என்னைச் சுற்றி நிகழ்பவற்றை ஆர்வத்துடன் கவனித்துக்கொண்டிருப்பவன் என்பதை உறுதிபடுத்திக்கொள்கிறேன்.

ஒரு நிகழ்வின் அல்லது சம்பவத்தின் அடிப்படையில் உங்கள் கவிதைகள் அதிகம் சுற்றிச் சுழல்கின்றன. அதைத் தாண்டிப்போக மறுக்கும் கவிதைகள் என்று கூட இவற்றைச் சொல்லலாம் என்று நினைக்கிறேன். ஒரு புள்ளியில் கரைவது சுவாரஸ்யமான விளையாட்டுதான்; அதே நேரத்தில் அதுவும் சோர்வு தரும் விளையாட்டாக மாறிவிடவும் வாய்ப்புள்ளது இல்லையா?

ஆமாம். என்னுடைய கவிதையாக்கத்தின் அடிப்படை இவ்வகையானதுதான். மூன்று பாட்டிகள் முன்னுரையில் இது குறித்து குறிப்பிட்டிருக்கிறேன். இதைத் தனிப்பட்ட என்னுடைய பாணி என்று கூறிவிட முடியாது. தமிழ்க் கவிதையின் பொதுத்தன்மையாகக் கூட கூறலாம். சங்கப் பாடல்களிலிருந்து மரபாகத் தொடர்ந்துவரும் தன்னுணர்ச்சிக் கவிதைகளின் முக்கிய முறைமைதான் இது. கவிதைக்கான உந்துதல் தருகிற ஒரு நிகழ்வைக் கண்டடைந்த கணம் முதல், படைப்பு மனம் அதை வட்டமிட்டுப் படைப்பாக்கும் செயலில் ஈடுபடுகிறது. திட்டமிடாது தானாக வந்தமைந்த அல்லது தேர்வு கொள்ளும் பொருண்மையை அடிப்படையாகக் கொண்டு அதை ஒரு முழு கலைப்பொருளாக ஆக்கும் பொருட்டு மட்டுமே கவிஞன் உந்தப்படுகிறான். அதற்கு வெளியில் பயணப்பட அவனுக்குத் தேவையும் இருப்பதில்லை. என்னளவில் படைப்பூக்க மனநிலையில் கண்டடைந்ததை எழுதிக் கொள்பவன் நான். அரிதாகவே உணர்ச்சி வேகத்துடன் கூடிய மனநிலைகளில் எழுதியும் கண்டடைந்துள்ளேன். அன்றி மையமாகக் குவியும் என் சிந்தனை அமைப்பும் இதற்கான காரணமாக இருக்கலாம். இது கீழைத்தேயத்தின் உணர்வுமயமான படைப்பு மனம் தொடர்பானதும்கூட. மேற்கத்திய கவிதைகள்தாம் தொடர்ச்சியற்ற ஒன்றுடன் ஒன்று தொடர்பற்ற பல்வேறு காட்சிகளை இணைத்து அறிவார்த்தமான படிமங்களாக்கிக் கொள்வதைக் காண்கிறோம். அத்தகைய உத்திகளை முயற்சித்துப் பார்த்து அதை என் இயல்புக்கு ஒவ்வாத, உணர்வுடன் ஒன்றாத ஒன்றாக உணர்ந்ததால் கைவிட்டுவிட்டேன். எனவே எனக்கிந்த செயல்பாடு (அ) விளையாட்டு உவப்பானதாக இருப்பதாலேயே அவ்வப்போது இதிலே ஈடுபட்டு வருவதாக இருக்கலாம். நான் ஒரு போதும் சோர்வோ அலுப்போ இவ்விஷயத்தில் அடைந்தது கிடையாது.

அற்புதமான கவிதைகள், கவிதைகள் சார்ந்த மிகச்சிறந்த விமர்சனக் கட்டுரைகள் இவற்றைத் தாண்டி நீங்கள் சிறுகதைகள், நாவல்கள் பக்கம் போகவில்லை. இதற்கு என்ன காரணம் என்று அறிந்துகொள்ள விரும்புகிறேன்.

பரந்த அனுபவத்தை விட நான் குவிந்த அனுபவத்தில் நாட்டம் கொண்டவன். எதையும் விரைந்து கூறிமுடிக்க விரும்புகிறேன். அவ்வாறு முடித்தவை முழுமைப் பெறவில்லையெனத் தோன்றினால் தொடர்ந்து பிடிவாதமாக நேரம் செலவிட்டு உடனே நிறைவு காண எண்ணுவேன். இந்த இயல்புக்குக் கவிதையே எனக்குத் தோதாக உள்ளது. இலக்கிய நுழைவுக்காலம் தொட்டு நான் என்னை கவிதை எழுதுபவனாகத்தான் பாவித்துக்கொண்டு செயலாற்றி வருகிறேன். ஞானக்கூத்தன், சி.மணி, ஆத்மாநாம், பிரம்மராஜன், தேவதச்சன், தேவதேவன், கலாப்ரியா, விக்ரமாதித்யன், சமயவேல் என நான் மதிக்கும் மூத்த கவிகளில் கவிதைகளில் மட்டுமே பணியாற்றியவர்கள் அதிகம். என் சக கவிகள் யவனிகா ஸ்ரீராம், ஷங்கர்ராமசுப்ரமணியன், ராணிதிலக், கண்டராதித்தன் போன்றோரும் கவிதையை மட்டுமே முதன்மையாகக் கொண்டவர்கள். விதிவிலக்காக சிற்சிலர் கதைகளை எழுதிப் பார்த்திருக்கலாம். கவிதை உலகமே என் ஆன்மாவுக்கும் மிக நெருக்கமாக உள்ளது. நான் விவரணையாளனாக இல்லை; ஏனெனில் நான் ஒரு உணர்ச்சிக் குவியன். ஆனால் என் வாசிப்புக்களத்தைத் திரும்பிப் பார்த்தால் கவிதைகளைக் காட்டிலும் சிறுகதை, நாவல்களென புனைவுகளைத்தான் அதிகமும் வாசித்திருப்பேன். நண்பர்கள் கூட கேட்டிருக்கிறார்கள். இவ்வளவு நாவல்களை வாசிக்கிற நீங்கள் ஏன் நாவல் ஒன்று எழுதிப் பார்க்கக் கூடாது என்று. ஆனால் அது எனக்கு அசாத்தியமான வேலையாகவே தோன்றுகிறது. அதற்கான பொறுமையோ உழைப்போ என்னிடம் இல்லை. கூடவே நான் சோம்பலுடன் இருக்க விரும்புகிறவன். ஆனால் கற்பனையில் என் இளமைப்பருவத்தைக் களனாகக் கொண்டு "குந்தாணிமேடு" என்ற நாவலை அத்தியாயம் அத்தியாயமாக எழுதிப் பார்த்திருக்கிறேன். அது என் ஊர் பெயர். "ஒரு வேறு உலகன்" என்ற ஒரே சிறுகதை மட்டுமே எழுதி வெளியாகியுள்ளது. என்னைப்பொருட்படுத்தி வாசிக்கும் நண்பர்கள் சிலர் கதையை வரவேற்றனர். கொஞ்சம் உழைப்பையும் தயாரிப்புத் திறனையும் வரவழைத்துக் கொண்டு பொறுமையாக சில சிறுகதைகளை எழுதிப் பார்க்க ஆவலிருக்கிறது. பார்ப்போம்.

நவீன கவிஞன் ஒருவனின் உடலும் மனமும் எதிரெதிர் போக்கில் இயங்குவதைப்போல் உணர்கிறேன். இதைச் சரி செய்ய இயலாதா அல்லது இதை நான் தவறாகப் புரிந்து கொண்டுள்ளேன் என்று அர்த்தமா?

பொதுவாகவே கலைஞர்கள் மன உலக சஞ்சாரிகள், கற்பனாவாதிகள் என்பதனால் அவர்களின் வாழ்க்கை வழக்கங்களில் விசித்திரத்திற்குக் குறைவிருக்காது. அதிலும் குறிப்பாகக் கவிஞர்கள் எதை அணுகுவதிலும் உணர்ச்சிப் பெருக்கையும் உத்வேகத்தையும் அதிகம் கொண்டிருப்பவர்கள். உடல் குறித்த பிரக்ஞை இயல்பிலேயே அவர்களுக்கு இரண்டாம்பட்சம்தான். அன்றாட நடத்தைகளாலான வழக்கமான வாழ்க்கை நடத்துவதில் எப்போதும் அவர்கள் சலிப்படையவே செய்கிறார்கள். அந்தச் சலிப்பைப் போக்க

கனவுகளையும் கற்பனைகளையும் பெருக்கி, திசை மாற்றும் வஸ்துகளை நாடுவதற்கும் அவர்கள் தயங்குவதில்லை. இவ்வகையில் பாரதிக்கு இருந்த பழக்கங்கள் குறித்த உரையாடல் பொதுவெளியில் புழங்காதவை.

நாங்கள் எழுத வந்த காலகட்டத்தில் குடி, சாகச செயல்போல எங்களை வளைத்திருந்தது. எழுதும் நண்பர்கள் கூடினால் முழு நாளும் அல்லது இரவெல்லாம் குடித்தோம்; ஓயாமல் பேசினோம்; இதற்கிடையில் எழுதவும் செய்தோம். அதனாலா என்று தெரியாது ஆனாலும் சிலர் உடல் நலிவடைந்தோம். தவிர உள ரீதியாகப் படைப்பு மனத்துடன் தீவிரமாக உழல்பவர்களாதலால் அன்றாட வாழ்வின் கடமைகளைக்கூட செய்துகொள்ளாது தவிர்க்கவோ தள்ளிப்போடவோ செய்ய நேரும். இதனால் பொதுச்சமூக வாழ்வுக்கும் அவர்கள் வாழ்வுக்குமான இடைவெளியும் அதிகரித்து ஒருவித மன நெருக்கடிக்கு ஆளாகலாம். சுய பிரச்சினையென்றாலும் சமூக பிரச்சனை என்றாலும் படைப்பாக்கம் என வரும்போது அதன் ஆழம் வரை சென்று உழல்பவர்கள் அவர்கள் மன உலகத்துக்குக் கொடுக்கும் முக்கியத்துவத்தை உடல்நலத்துக்கு வழங்கத் தவறுகிறார்கள். உளவியல்ரீதியாகப் படைப்பாக்கத்துடன் “schizophrenia” நோய்மைக் கூறுகளுக்கும் தொடர்பிருப்பதையும் கூறவேண்டும். தமிழின் உன்னத கவியான ஆத்மாநாம் “Affective Disorder” என்ற மனநலத் தாக்குதலால் பாதிக்கப்பட்டிருந்ததை நாம் அறிகிறோம்.

“பித்தம் பிடித்தும் பிடிக்காத மேதை நான்”, “வைத்தியம் தெரிந்தும் செய்துகொள்ளா நோயாளி நான்” போன்ற அவரது கவிதை வரிகளில் போலவே நவீன கவிஞர்கள், கலைஞர்கள் மேதைமையும் பேதைமையும் கொண்டு அவர்களுக்கான தனி இயல்பைக் கொண்டிருப்பவர்கள்தாம்.

தற்போது எழுதிக் கொண்டிருக்கும் கவிஞர்கள் யாரெல்லாம் நம்பிக்கை அளிக்கிறார்கள்? அவர்களுக்குச் சொல்லிட ஏதேனும் வரிகள் உங்களிடம் இருக்கிறதா?

தொண்ணூறுகளின் கவிஞர்கள் எனக் குறிப்பிடும்படியாகப் பத்துக்கும் மேற்பட்டோர் ஓர் இயக்கம்போல் தமிழில் உருவாகி வந்திருந்தோம். தலைமையானவர்போல் யவனிகா ஸ்ரீராம் இருந்தார். இன்றுவரை கோணங்கி தம் கல்குதிரையில் இவர்களில் பலரது கவிதைகளைப் பிடிவாதமாகப் பதிப்பித்து அக்கவிஞர்களின் முக்கியத்துவத்தை உணர்த்தி வருகிறார். அவர்களில் மிகக் குறைவாக எழுதி குறைந்த எண்ணிக்கையில் தொகுதி வெளியிட்டிருப்பவன் நான். இவ்வகையில் கண்டராதித்தனையும் என்னோடு சேர்த்துக்கொள்ளலாம். இரண்டாயிரத்துக்குப்பின் வந்தவர்களில் சாகிப்கிரான், பயணி, ஸ்ரீசங்கர் குறிப்பிடத்தகுந்தவர்கள். ந.பெரியசாமியையும் மௌனன் யாத்ரீகாவையும் இணைத்துக் கொள்ள வேண்டும். அதன்பிறகு கவனம் பெற்றவர்கள் சபரிநாதன், வெய்யில், நரன், அகச்சேரன், பச்சோந்தி. இன்று ஒவ்வொருவருமே அவரவரளவில் ஆளுமைகளாக வளர்ந்துள்ளனர். கடந்த சில ஆண்டுகளில்

வே.நி.சூர்யா, பெரு.விஷ்ணுகுமார், றாம் சந்தோஷ், ச.துரை, சூ.சிவராமன், சூரர்பதி என புதியவர்கள் என் வாசிப்புக்குள் வந்துள்ளார்கள். முகநூலில் நான் இல்லை என்பதால் புதியதாக எழுதுபவர்கள் குறித்து அறியமுடியாதவனாக இருக்கிறேன். மேற்கூறியவர்கள் என் வாசிப்புக்கும் ரசனைக்கும் பொருந்தி வரக்கூடியவர்களாக இருக்கிறார்கள் என முக்கியமாகக் கூற நினைக்கிறேன். சமீபத்திய என் மனநிலையில் கவிதை குறித்த எதிர்பார்ப்பின் அடிப்படையே புரண்டிருப்பதுபோல் ஓர் உணர்வு. இன்று வெளிப்படையான மதவாத அரசின் கருத்தியல் மற்றும் செயல்முறைக் கொடுங்கோன்மைக்கு முன் கையாலாகாக் குடிமகன்களாக கலைஞர்களும், சிந்திப்பவர்களும், அறிவுஜீவிகளும்கூட திக்பிரமையாளர்களாக மௌனத்திருக்கும் சூழலில் காத்திரமான ஒரு புதிய குரல் நம் கவிதைச் சூழலில் ஒலிக்குமா; ஒலிக்கவேண்டும் என்ற ஆதங்கத்தில் இருக்கிறேன். (மதவாதம் ஒரு பக்கம் எனில் அதற்கீடான மதத் தூய்மைவாதம் இன்னும் அதிர்ச்சியூட்டுகிறது. ஒன்றின் தொடர்ச்சிதான் மற்றொன்று. மதவாதம் சிறுபான்மையினரை குறிவைக்கிறது; தூய்மைவாதமோ மதத்துக்குள் இருக்கும் சிந்திப்பவர்களாகிய சிறுபான்மையைக் குறி வைக்கிறது. சல்மான் ருஷ்டிக்கு நேர்ந்திருப்பது இந்தியாவிலிருந்து அமெரிக்காவிற்குப் பரவிவிட்டதன் சமிக்ஞை. இந்துவானாலும் இசுலாமியரானாலும் தூய்மைவாதத்தில் ஒருமித்துவிடுகிறார்கள்.) சமீபத்தில் ஷங்கர்ராமசுப்ரமணியனின் மொழிபெயர்ப்பில் வாசித்த, ஆகா சாகித் அலியின் கவிதைகள் இந்த உணர்வுக்குத் தீமூட்டியது போல உணர்ந்தேன். தொடர்ந்து இவ்வகையில் அருந்ததி ராயின் “பெருமகிழ்வின் பேரவை”யை ஒரு சமகால அரசியல் பேரிலக்கியமாக வாசித்து முடித்தேன். சமகாலத்தை எழுதினால் இவற்றை இப்படிதான் எழுத வேண்டும்; இல்லையெனில் எழுதுவதை நிறுத்திக்கொள்ள வேண்டும் என்ற உணர்ச்சிக்கு ஆளானேன். புனைவு வாயிலாக அடைந்த இப்பெருக்கு கவிதையில் நிகழ்ந்திருக்கவேண்டும்; குறிப்பாகத் தமிழில் நிகழவேண்டும் என்ற ஆதங்கத்தில் அறைகூவல் விடுக்குமாறு எனக்குள் இதைக் கூறிக்கொள்கிறேன். புதிய பாரதிதாசன்களே, பிரமிள்களே ஆத்மாநாம்களே எழுக.

ஜவ்வாது, ஏலகிரி மலைகளில் நடத்திவந்த இலக்கியக் கூடல்களை ஏன் தற்போது நிறுத்தி விட்டீர்கள். மீண்டும் அவற்றைத் தொடர வாய்ப்புகள் உள்ளனவா?

90களின் தொடக்கத்தில் பயன்படுத்தப்படாத ரயில்வே மேம்பாலத்தில் சந்தித்து வந்த வாணியம்பாடி உள்ளூர் நண்பர்கள் கூடி “நவீனர்” என்ற கலை இலக்கிய அமைப்பை ஏற்படுத்தி நூல் வாசிப்பைப் பகிரல், உலகத் திரைப்படங்கள் திரையிடல், ஆங்கிலப் புத்தாண்டுகளில் இலக்கிய உரையாடல் களமாகக் கூடல் என செயல்பட்டோம். பிரைட் டுடோரியலும் முக்கிய சந்திப்பு மையமாக இருந்தது. அதன் முதல் புத்தாண்டு நிகழ்வு என் வீட்டில் உரையாடலாகவும், இரண்டாவது புத்தாண்டு, ஏலகிரிமலையில் ஏரிக்கரை பெருமரத்தினடியில் (அப்போது அது சுற்றுலா தலமாகியிருக்கவில்லை)கட்டுரைகள் வாசிப்புடன்

நிகழ்ந்தது. இதன் மூலகர்த்தாக்களாக சமீபத்தில் மறைந்த கவிஞர் ராமலிங்கமும், அண்ணன் சித்தார்த்தனும் இருந்தார்கள். பின்பு அதுவே கட்டாயமேதுமின்றி பலவாறான மாற்றங்களோடு விரிவடைந்து கடந்த 20 ஆண்டுகளுக்கும் மேலாக ஏலகிரி, ஜவ்வாது மலை, நாயக்கனேரி எனத் தொடர்ந்து நிகழ்ந்தது. பிரம்மராஜன் எங்களுடன் இருந்த குறிப்பிடத்தகுந்த சில நிகழ்வுகள் முக்கியமானவை. ஜீ.முருகன், சா.தேவதாஸ், மு.குலசேகரன், மனோன்மணி, சுரேஷ், நீலகண்டன், ராணிதிலக், கண்டராதித்தன், குமார் அம்பாயிரம், பழனிவேள் ஆகியோர் மையத்தில் இருந்தனர். பா.வெங்கடேன், ந.பெரியசாமி, சபரிநாதன், வே.பாபு, மனோமோகன், சூரர்பதி, சீனிவாசன் ஆகியோர் இறுதி ஆண்டுகளின் வருகையாளர்கள். இலக்கிய ஆர்வம் கொண்ட என் மாணவர்களும் உள்ளூர் நண்பர்களும் தொடர்ந்து பங்கேற்பார்கள்.

ராணி திலக்குடன் இணைந்து ஆற்காடு பஞ்ச பாண்டவர் மலையில் நடைபெற்ற போர்ஹே உரையாடல் நிகழ்வுக்கு கோணங்கியும் நாகார்ஜுனனும் சிறப்பு அழைப்பாளர்கள். ஒவ்வொரு நிகழ்விலும் அவ்வாண்டுகளில் வெளியாகியிருந்த 5 அல்லது 6 நூல்களுக்கும் குறையாமல் கட்டுரையாக எழுதி வாசித்து விவாதித்தோம். திறந்த அழைப்பாகவன்றி குறிப்பிட்ட நண்பர்களுக்குள் பகிர்ந்து ஒன்றுகூடுவோம். முறையான பதிவுகளாக்குவதில் அக்கறைக் கொண்டிருக்கவில்லை. அவ்வப்போது புது எழுத்தில் நிகழ்வு குறித்த பதிவோ நிகழ்வில் வாசித்த நூல் குறித்த கட்டுரையோ பதிவாகியிருக்கிறது அவ்வளவுதான். டிசம்பர் வந்தாலே வேலூரிலிருந்தோ,சேலத்திலிருந்தோ, ஒசூரிலிருந்தோ, திருவண்ணாமலையிலிருந்தோ நண்பர்கள் உற்சாகமாக நிகழ்வு குறித்துக் கேட்பார்கள். அதையே தொடக்கமாகத் கொண்டு நிகழ்வை ஒருங்கிணைப்போம். தொடர்ந்து செய்யப்படும் எதுவும் ஒரு சடங்காகிவிடுவதுபோல ஆர்வம் கொஞ்சம் கொஞ்சமாய் குறையத்தொடங்கியது. தீவிர உரையாடல்கள் குறைந்து “கொண்டாட்ட” சந்திப்புகளாகத் தளர்ந்தது. கடந்த ஐந்தாறு ஆண்டுகளுக்கு முன் ஏற்பட்ட என் உடல் நல பாதிப்பால் மேலும் தொய்வு ஏற்பட்டது. வரும் நண்பர்களைக் “கட்டியாண்டு” திரும்ப அனுப்புவதற்கான வலு குறைந்துவிட்டதுபோலவும் தோன்றியது. அது ஒரு காலகட்டம் என்பது போல நினைத்துப் பார்க்கக் கூடியனவாக அந்த நிகழ்வுகள் மாறிவிட்டன. சமூக ஊடகப் பரவலும் நண்பர்கள் நேரில் கூடி விவாதிக்கும் தேவையை இல்லாமலாக்கியிருக்கிறது. பார்த்துக் கூடி உரையாடிக் களிக்கும் எல்லா மகிழ்வையும் விழுங்கிக்கொண்டிருப்பதில் முகநூலுக்கும் உரிய பங்கிருக்கும் போல. இப்பகுதியிலிருந்து அடுத்த தலைமுறையாக இலக்கியப்பித்தேறியவர்கள் எவரேனும் உருவாகி வரக்கூடுமெனில் நிச்சயமாக அவர்களுக்குப் பின்னிருந்து மீண்டும் சந்திப்புகளை ஏற்பாடு செய்ய சித்தமாயிருக்கிறேன்.

ஐம்பது வருடங்களுக்குப் பிறகு வாழ்வைத் திரும்பிப் பார்க்கும்போது எப்படி உணர்கிறீர்கள்? நவீன இலக்கியத்தில் முக்கியமான ஒரு கவிஞராக இருப்பதையும் சேர்த்துத்தான் கேட்கிறேன்.

நான் பயின்ற எங்களூர் தொடக்கப் பள்ளியில் ஆண்டு இறுதியில் சுத்தம் செய்வதற்காகத் திறந்த டிரங்குப்பெட்டி நூலகத்திலிருந்து என்னை ஈர்த்த, ''ஓநாய் பையன்'' என்ற சிறுவர் நாவலை நான் வாசித்த வேளையில் (ராமன் ஆசிரியருக்கு நன்றி) இதே மொழியில் உலகின் பல சிறந்த இலக்கியங்களையும் வாசிக்கப்போகிறேன் என்று எப்படி நினைத்துப் பார்க்கவில்லையோ அதே போன்றதுதான் அப்பா வாசிக்க ஆர்வமூட்டிய ராணி இதழ் வழியே அறிமுகமான கண்ணதாசனின் வாழ்வுத்தொடரை ஆர்வமாக வாசித்த நாட்களில் இம்மொழியின் கவிஞனாக நானும் ஒருநாள் உருவாகப்போகிறேன் என்பதையும் அறிந்திருக்கவில்லை. ஒரு காலத்தில் வாசிப்பும் கவிதையும் என் காலைச்சுற்றிய பாம்பு, பின்பு அது நான் வாலைப் பிடித்த புலியானது. கொஞ்ச காலம் ஆட்டம் நடந்தது எனினும் இறுதியில் என்னைப் புலி உண்ணவே தந்தேன். ஒரு கவிஞனாக இப்பிறவியை நான் கடந்து கொண்டிருப்பது ஒரு பேறு. வாசிப்புக்கு இணையாக இளமையில் என் ஆர்வம் இரண்டு விஷயங்களில் இருந்தது. ஒன்று விளையாட்டு. பள்ளிப் பந்தயங்களில் முதலாவதாக வருவேன். பத்து வயதில் நான் Rheumatic fever எனும் வாதக் காய்ச்சலுக்கு ஆட்பட, அதனாலான மூட்டுவலி என் விளையாட்டை முடக்கியது. ஒருவகையில் அதனுடனான என் யுத்தம்தான் மலைப்பித்து எனக் கூறுவேன். அது பின் Rheumatic Heart desease ஆக வளர்ந்து இன்று அறுவை சிகிச்சை முதலான பல்வேறு உடல்நல பாதிப்புகளை ஏற்படுத்தியிருக்கிறது. அடுத்த ஆர்வம் உயர்நிலைப்பள்ளி அளவில் தமிழ் ஆசிரியராகும் கனவு இருந்தது. பின்பு அது சற்றே கூடி கல்லூரிப் பேராசிரியராகப் பலித்திருக்கிறது. அதன் வழக்கத்திற்குள் இருப்பது என் கவிச்சுடரை மட்டுப்படுத்துகிறது எனினும் ஒரு வகையில் அணையாமல் காத்து வருகிறது. புத்தகங்களோடும் கவிதைகளோடும் இவ்வாழ்வின் பேரின்பம் பிணைக்கப்பட்டிருப்பதில் எனக்குப் பெருமைதான். அதேநேரம் என் வாழ்வில் குற்ற உணர்வு என்ற ஒன்று இருந்திருக்குமென்றால் அது என் பாலியலோடு தொடர்புடையதாக மட்டுமே. இன்று எனக்கு நண்பர்களாக இருப்பவர்களில் பெரும்பான்மையோர் இலக்கியத்தின் வழி அமைந்தவர்களே. குறிப்பாக முதுகலைத் தமிழப் பயின்ற காலத்தில் சென்னையின் சாலைகளில் சோர்விலாது உடன் நடந்து இலக்கியம் பேசிய முரளி அரூபன், முனைவர் பட்ட ஆய்வுக்காலத்தில் ஆய்வை ஐவிட ஆர்வத்துடன் தினந்தோறும் சந்தித்து உரையாடிய போரூர் கண்ணன் இருவரையும் மறக்கவே கூடாத நண்பர்களென இப்போது நினைக்கிறேன். சென்னையின் அந்நியம் அந்நாட்களில் இவர்களால்தாம் கலையப்பட்டிருந்தது. இன்று இலக்கிய படைப்பாளிகள் ஒவ்வொருவரையும் சந்திக்காதவனாக இருப்பினும் மானசீக நண்பர்களாக கொண்டிருப்பது அற்புதமான உணர்வு.

ஆனாலும் இதுவரையிலான வாழ்வில் - காலை கண் விழித்து முக்கியமான ஏதொன்றையும் செய்து முடிப்பதற்குள் மாலை வந்துவிட்டதாக - என்னவோ ஒரு நிறைவின்மை. இனிமேல்தான் ''இருந்து'' செய்யப் போகிறோம் என்கிற மாதிரி இதுவரை நடந்தவை எல்லாம் அலைச்சலாகவே இருந்திருக்கிறது. அலைச்சல் மட்டும்தான் வாழ்க்கை என்ற புரிதலும் கிடைத்திருக்கிறது.

முப்பத்தைந்து வயது வரை நாத்திகனாக என்னை பாவித்திருந்தேன். பின்பு என் வாழ்வில் யாரிடமாவது என்னை ஒப்புக்கொடுத்தே ஆக வேண்டும் என்ற நிலைமை வந்தபோது கடவுள் கைகொடுத்தார். என் மனைவி அவரால் அனுப்பிவைக்கப்பட்டவர் என்றே நம்புகிறேன். இருப்பினும் இன்றைய சமூக அரசியல் நிலையைக் கணக்கில் கொண்டு இன்னும் ஆற்றல்மிக்க பெரியார் ஆக அவர் சமூகத்துக்கு உதவ வேண்டும் என்று விரும்புகிறேன். இதுவே இப்போதைய என் கடவுள் கொள்கை. விரும்பி வாசித்த பலவும் மறந்து வருவதும் புழங்கிய இடங்கள் வேகமாக மாறிவருவதும் இழப்புணர்வைத் தருகிறது. கடந்த நூற்றாண்டிலேயே முடிந்துவிட்டதாயினும் பிறந்த ஊருக்குத் திரும்புதல் என்பதில் இன்னும் விருப்பத்துடன் இருக்கிறேன். அதே நேரத்தில் இந்தியாவின் முக்கிய, தடங்களில் போகாத திசைகளில் பயணம் செய்வது கனவு விருப்பமாக இருக்கிறது. நீண்ட தூரப் பயணத்தை என் உடல்நிலை எதிர்கொள்ளவும் வெளியுணவை என் வயிறு ஏற்றுக்கொள்ளவும் கூடிய நாளில் அதற்கு ஆயத்தமாவேன் எனத் தோன்றுகிறது.

குக்கூ காட்டுப்பள்ளி

ஒரு பட்டாம்பூச்சியாக, சிட்டுக்குருவியாக, மெல்ல ஊர்ந்து போகும் குட்டி நத்தையாக, தத்தித்தாவி நடக்கப்பழகும் மான்குட்டி போல, கடலையே குடிக்க நினைக்கும் சின்னஞ்சிறு மீன்குஞ்சு போல... இயற்கையோடு கலந்த ஒரு கல்வி, மனிதர்களான நமக்கும் கிடைத்தால் எப்படி இருக்கும்? ஒருவேளை, அப்படியொரு பள்ளிக்கூடம் எல்லா கிராமங்களிலும் இருந்தால்?! இயற்கை, கடவுள், மனம், கனவு, விளையாட்டு, நிம்மதி, புரட்சி, மகிழ்ச்சி, அன்பு... என எல்லாமும் அதில் அமைந்துவிடும்.

தேர்வுகள் இல்லாமல், பிரம்படி இல்லாமல், போட்டி மனப்பான்மை ஏதுமில்லாமல் ஆசிரியரும் மாணவரும் ஒன்றுசேர்ந்து இயற்கையிடம் கற்றுக்கொள்ளும் ஒரு பள்ளிக் கூடம், அடர்ந்த காட்டுக்கு உள்ளே அமைந்தால், நம் மனது எவ்வளவு மகிழ்ச்சி அடையும்! இந்தக் கனவை நினைவாக்கும் முயற்சியில், ஜவ்வாதுமலை அடிவாரம் புளியானூர் கிராமத்தில் கட்டப்படுகிற ஒரு தர்மப் பள்ளிக்கூடம் தான் 'குக்கூ காட்டுப்பள்ளி'. காளான் பூப்பது மாதிரி கல்வி பூக்கும் குழந்தைகள் வெளி.

+91 8270222007, cuckoochildren@gmail.com

தன்னறம் நூல்வெளி

தன் உள்ளார்ந்த இயல்பால் ஒரு மனம் தெரிவுசெய்யும் செயலே தன்னறம். உயிரொன்றின் சுயவிடுதலையைச் சுடர்படுத்தும் எச்சிறு படைப்பாயினும் அதை அச்சில் கொண்டுவந்து பொதுவெளிப்படுத்துவதே தன்னறம் நூல்வெளியின் அடிப்படை நோக்கமாக உருவகித்துக் கொள்கிறோம். அவ்வகையில் கல்வி, காந்தியம், வரலாறு, சூழலியல், விவசாயம், தன்னம்பிக்கை, ஒளிப்படவியல், வாழ்வியல் மற்றும் சிறார் நூல்கள் என பல்வேறு துறைகள் சார்ந்த பன்மைத்தன்மை கொண்டுள்ள நூல்களை தொடர்ச்சியாக வெளியிடுகிறோம்.

காலந்தோய்ந்த அறமரபு துவங்கி, காந்தி ஏந்திய அறவழி வரை... சாட்சி மனிதர்களாகவும், அவர்தம் செயல்வழிப் பாதைகளாகவும் நீள்கிற இவ்வரலாற்றின், முடியாத மன சாட்சிப் பக்கங்களுக்குள் பொத்தி வைக்கப்படும் ஓர்மயிலிறகாக இதன் செயலமைவு அழகுற இயற்கையைப் பிரார்த்திக்கிறோம். எல்லாம் செயல் கூடும்!

+91 9843870059, thannarame@gmail.com,
www.thannaram.in